കഥാനവകം

മലയാളത്തിന്റെ ഇഷ്ട കഥകൾ

ശത്രുഘ്നൻ

കഥാനവകം

മലയാളത്തിന്റെ ഇഷ്ട കഥകൾ

ശത്രുഘ്നൻ

ഗ്രീൻ ബുക്സ്

green books private limited
gb building, civil lane road, ayyanthole,
thrissur- 680 003, kerala, ph: +91 487-2381066, 2381039
website: www. greenbooksindia. com
e-mail: info@greenbooksindia. com

malayalam
kathanavakam
malayalathinte ishtakathakal
story
by
sathrughnan

first published september 2017
copyright reserved

cover design : rajesh chalode

branches:
thrissur 0487-2422515
palakkad 0491-2546162
kannur 0497-2763038
thiruvananthapuram 8589095301

isbn : 978-93-86440-97-6

---

no part of this publication may be reproduced,
or transmitted in any form or by any means,
without prior written permission of the publisher.

GBPL/962/2017

മുഖക്കുറി

ഗ്രീൻബുക്സ് പ്രസിദ്ധീകരിച്ച മലയാളത്തിന്റെ സുവർണകഥകൾക്ക് വായനക്കാരിൽ വലിയ സ്വാധീന മുണർത്താൻ കഴിഞ്ഞു. കേരളത്തിലെ നവോത്ഥാന കാലഘട്ടത്തിലേയും ആധുനിക കാലഘട്ടത്തിലേയും എഴുത്തുകാരെയാണ് സുവർണകഥകൾ പ്രതിനിധീകരി ക്കുന്നതെങ്കിൽ 'ഇഷ്ടകഥ'കളിൽ അണിനിരക്കുന്നത് നവോത്ഥാനാന്തര കാലഘട്ടത്തിലെ കഥയെഴുത്തു കാരാണ്. കഥയ്ക്ക് ഒരു സാർവദേശീയ ഭാഷയുണ്ട്. എവിടെയുമുള്ള മനുഷ്യരോടും അത് ദേശാതിരുകൾക്ക പ്പുറത്ത് സംസാരിക്കുന്നു. തന്റെ ചിന്തകളെ കഥാപര മായി രൂപപ്പെടുത്തുക എന്ന അറിവാണ് കഥയെഴു ത്തിന്റെ രസതന്ത്രം. നല്ല കഥയെ കണ്ടെത്താൻ സാമാന്യ ബുദ്ധി മതിയാകും. അതിൽ സ്പഷ്ടമായ വിധം തെളിഞ്ഞ ചിന്തയുമുണ്ടാകും. സുവർണകഥകളും ഇഷ്ടകഥകളും കഥയെഴുത്തിന്റെ ഈടുറ്റ വഴികളെ പ്രഖ്യാപിക്കുകയും ഭാഷയിൽ കഥയുടെ വഴി വെട്ടി ത്തെളിയിക്കുകയും ചെയ്യുന്നു.

കൃഷ്ണദാസ്
മാനേജിങ് എഡിറ്റർ

കഥയും ഞാനും

ശത്രുഘ്നൻ

- കഥാരചനയിലേക്ക് വന്ന കാലം:

മിക്കവാറും എല്ലാവരെയും പോലെ പരന്ന വായനയും സ്വയം ചോദിച്ച പല ചോദ്യങ്ങളും തന്നെയാണ് എന്നെയും എഴുത്തിലേക്ക് കൊണ്ടുവന്നത്. എന്നെ സംബന്ധിച്ചിടത്തോളം, വ്യക്തിപരമായി, പട്ടാമ്പി സ്കൂളിൽ എന്നെ മലയാളം പഠിപ്പിച്ച പുലാക്കാട്ട് രവീന്ദ്രൻ എന്ന കവിമാഷിനോടുള്ള ആരാധനയും അതിനൊരു കാരണമായിട്ടുണ്ട്. പക്ഷേ തുടക്കത്തിൽ തന്നെ എന്റെ എഴുത്തുഭ്രമത്തിന് വലുതായ തടസ്സവും നേരിട്ടു. ആരുമറിയാതെ പണ്ട് ഒരു കഥ മാതൃഭൂമിയുടെ ബാലപംക്തിയിൽ ഗോവിന്ദൻകുട്ടി വെങ്ങാലിൽ എന്ന പേരിൽ വന്നിരുന്നു. സൈക്കിളിനു പിന്നിൽ എന്നായിരുന്നു ആ കഥയുടെ പേര്. ആരും അത് ശ്രദ്ധിച്ചില്ല. അത് ആരുടെയെങ്കിലും ശ്രദ്ധയിൽ പെടുത്താൻ ഞാൻ ഒട്ട് മിനക്കെട്ടതുമില്ല. നമ്മുടെ ഒട്ടു മിക്ക എഴുത്തുകാരുടെയും സ്ഥിതി അതല്ല എന്ന് ഞാൻ പിന്നീട് വായിച്ചറിഞ്ഞിരിക്കുന്നു. അച്ചടി മഷി പുരണ്ടതിന്റെ ആഹ്ലാദത്തിൽ അവർ അത് ലോകം മുഴുവൻ കൊട്ടിഘോഷിച്ചു നടന്ന കഥകൾ ഉണ്ടല്ലോ. കുറച്ചുകാലം ഞാൻ ആ ബാലപംക്തി പേജ് കീറിയെടുത്ത് എന്റെ പാഠപുസ്തകത്തിൽ സൂക്ഷിച്ചു വെച്ചിരുന്നു. പിന്നെ അത് നഷ്ടപ്പെട്ടു. നഷ്ടപ്പെട്ടതിൽ എനിക്ക് ഒരു ദുഃഖവും തോന്നിയില്ല. അതിനും അതിന്റേതായ കാരണമുണ്ടായി.

പിന്നത്തെ കഥയിൽ എനിക്ക് ആത്മവിശ്വാസം അധികം വരികയും അത് പ്രസിദ്ധീകരണത്തിന് അയയ്ക്കുന്നതിനു മുൻപ് എനിക്ക് വേണ്ടപ്പെട്ട ഒരാളെ കാണിക്കണം എന്നു തോന്നുകയും ചെയ്തു. അതാണ് ഒക്കെ അബദ്ധമാക്കിയത്. വേണ്ടപ്പെട്ട ആ ആളെ കഥ വല്ലാതെ വേദനിപ്പിച്ചു. ഞാൻ ഏറ്റവും കൂടുതൽ സ്നേഹിക്കുകയും ബഹുമാനിക്കുകയും ചെയ്തിരുന്ന ഒരു ജ്യേഷ്ഠസഹോദരി ആയിരുന്നു അത്. അവരുടെ സങ്കടം എനിക്കു സഹിച്ചില്ല. എന്തിനാ ഉണ്ണീ ഇങ്ങനെയൊക്കെ

ആളുകളെക്കുറിച്ച് നുണകൾ എഴുതുന്നത് എന്ന ചോദ്യവും കൂടി ആയപ്പോൾ എല്ലാം പൂർത്തിയായി. കഥയെഴുത്ത് എന്നു വച്ചാൽ എന്തോ അപവാദം പറച്ചിൽ ആണെന്നും തറവാട്ടു കാർക്ക് അത് ചേർന്നതല്ലെന്നും വിശ്വസിച്ചിരുന്ന ചിലരൊക്കെ എന്റെ ചുറ്റുവട്ടത്തും ഉണ്ടായിരുന്നു. മദ്യപാനം, പുകവലി, നോവൽവായന, സിനിമ കാണൽ എന്നിവയാണ് നാലു ദുശ്ശീല ങ്ങൾ എന്ന് കണ്ണുരുട്ടി പറഞ്ഞിരുന്ന ചില കാരണവന്മാരും എനിക്ക് ഉണ്ടായിരുന്നു. ഏതായാലും അന്നു ഞാൻ ഒരു പ്രതിജ്ഞ എടുത്തു. ഞാൻ ജീവിതത്തിൽ ഒരിക്കലും കഥ യെഴുതില്ല എന്ന പ്രതിജ്ഞ.

ഏതാണ്ട് പത്തു വർഷക്കാലത്തോളം ഞാൻ ആ പ്രതിജ്ഞ പാലിക്കുകയും ചെയ്തു. പക്ഷേ, വായന മുടക്കിയില്ല. മലയാളം പുസ്തകങ്ങളും ഇംഗ്ലീഷ് മനസ്സിലാക്കാൻ തുടങ്ങിയതിനു ശേഷം ഇംഗ്ലീഷ് പുസ്തകങ്ങളും വായിച്ചുകൊണ്ടേയിരുന്നു. ഇക്കാലത്തൊക്കെ പല കഥകളും എന്റെ മനസ്സിൽ വന്ന് മാഞ്ഞുപോയിട്ടുണ്ടാവാം. എനിക്ക് അറിയില്ല. അറിയുക എന്നത് ഒരാവശ്യമായി തോന്നുകയും ഉണ്ടായില്ല. ഇതിനിടെ പഠിത്തം കഴിഞ്ഞു. പതിനെട്ട് വയസ്സ് തികഞ്ഞപ്പോൾ ബി.കോം.കാരന് ജോലിയും കിട്ടി. FACTയിൽ. ഉദ്യോഗമണ്ഡൽ ഓഫീസിൽനിന്ന് പാലക്കാട് ഓഫീസിലേക്ക് സ്ഥലം മാറ്റം ആയ കാലത്താണ് പ്രശസ്ത എഴുത്തുകാരനായ നന്തനാർ അവിടെ ജോലിക്കു ചേരുന്നത്. ഞങ്ങൾ തമ്മിൽ വളരെ അടുപ്പത്തിലായി. ഒരിക്കൽ പി.സി. (അങ്ങനെയാണ് ഞാൻ നന്തനാരെ വിളിച്ചിരുന്നത്. പി.സി. ഗോപാലൻ എന്ന പേരിന്റെ ചുരുക്കം.) എന്നോട് ചോദിച്ചു എന്താണ് ഗോവിന്ദൻകുട്ടി കഥ കൾ ഒന്നും എഴുതാത്തത് എന്ന്. ഞാൻ എന്റെ ശപഥത്തിന്റെ കാര്യം പറഞ്ഞു. പി.സി. ചിരിച്ചു.

എഴുത്തുകാരന്റെ പ്രചോദനം എക്കാലത്തും ജീവിതം തന്നെ എന്നും അതിന്നിടയിലെ ഓരോരോ അനുഭവങ്ങളും പിന്നെ ആ അനുഭവങ്ങളെ ചുറ്റിയുള്ള സ്വപ്നങ്ങളും ആണ് കഥകളാകു ന്നതെന്നും അദ്ദേഹം എന്നോടു പറഞ്ഞു. എഴുതാൻ എന്നെ നിർബന്ധിക്കുകയും ചെയ്തു. ഞാൻ കൂട്ടാക്കിയില്ല. അവ സാനം ഒരു പോംവഴി നിർദ്ദേശിച്ചതും പി.സി. തന്നെ. പ്രതിജ്ഞ എടുത്തത് ഗോവിന്ദൻകുട്ടി ആണല്ലോ. അയാൾ എഴുതണ്ട. പകരം മറ്റൊരാൾ എഴുതട്ടെ. അങ്ങനെയാണ് ഞാൻ ശത്രുഘ്നന നാകുന്നത്. ആ പേര് എനിക്ക് ഇട്ടു തന്നതും നന്തനാർ ആയി രുന്നു. അങ്ങനെ ഞാൻ പിന്നെയും എഴുതാൻ തുടങ്ങി. 1968 കാലത്ത്, ശത്രുഘ്നൻ എന്ന പുതിയ പേരിൽ. അന്വേഷണം, വിശാലകേരളം എന്നീ മറുനാടൻ പ്രസിദ്ധീകരണങ്ങളിലാണ്

ആദ്യമൊക്കെ എഴുതിയത്. അതും പി.സിയുടെ നിർദ്ദേശമനുസരിച്ച്. എഴുത്തിലേക്കുള്ള എന്റെ വഴി അങ്ങനെയാണ് ഉണ്ടായത്. പി.സി. അറിയാതെ ചില കഥകൾ അന്ന് മാതൃഭൂമി ആഴ്ചപ്പതിപ്പിലേക്കും അയച്ചു. അവയൊക്കെ പോയ അതേ വേഗതയിൽ തിരിച്ചും വന്നു. നന്നായിട്ടുണ്ടാവില്ല എന്നു നിശ്ചയിച്ച് അവ ഞാൻ പി.സിയെ കാണിക്കാതെ തന്നെ കീറിക്കളഞ്ഞു. അങ്ങനെയിരിക്കെയാണ് എഴുപതുകളുടെ തുടക്കത്തിൽ 'വഴികൾ നിറങ്ങൾ' എന്നൊരു കഥ മാതൃഭൂമി അച്ചടിക്കുന്നത്. അത് എന്നെ മാത്രമല്ല, നന്തനാരെയും അദ്ഭുതപ്പെടുത്തുകയും ആഹ്ലാദിപ്പിക്കുകയും ചെയ്തു.

- നോവൽ, ചെറുകഥ എന്നീ സാഹിത്യരൂപങ്ങളെക്കുറിച്ച്:

മനസ്സിനുള്ളിൽ വിരിയുന്ന ഒരു പുഷ്പമാണ് കഥ. നോവൽ മനസ്സിൽ വിരിയിച്ചെടുക്കുന്ന പൂങ്കുലയാണ്. കഥയെന്ന പൂ വിരിയണമെങ്കിൽ എന്നെ സംബന്ധിച്ചിടത്തോളം ഒരുപാട് സ്വപ്നം കാണണം. കഥ മുഴുവനും, പിന്നെ അതിന്നൊരു ശീർഷകവും മനസ്സിൽ നല്ലതുപോലെ തെളിഞ്ഞാലേ എഴുത്തു തുടങ്ങാനാവൂ. നോവൽ അങ്ങനെയല്ല. അത് എന്നെ അതിന്റെ വഴിക്ക് പതുക്കെ കൊണ്ടുപോകുകയാണ് ചെയ്യുക. അച്യുതൻ കുട്ടിയേട്ടന്റെ മക്കൾ എന്ന ചെറിയ നോവൽ എഴുതിയത് മസ്കറ്റിൽ വെച്ചാണ്. രണ്ടര കൊല്ലം എടുത്തു അതു പൂർത്തിയാവാൻ. ആ രണ്ടരക്കൊല്ലം എനിക്ക് മറ്റൊന്നും എഴുതാൻ കഴിഞ്ഞതുമില്ല. ഭരതജാതകം എന്ന നോവൽ ഞാൻ എഴുതിയത് എട്ടു വർഷത്തെ ഗവേഷണത്തിനു ശേഷമാണ്. ആദികവിയുടെ മൗനഭാഗങ്ങൾ എന്നെ കുറച്ചൊന്നുമല്ല കഷ്ടപ്പെടുത്തിയത്. കഥ പറയും ശിരസ്സ് എന്ന കൊച്ചുനോവലിനും എടുത്തു നാലു വർഷത്തെ ഗവേഷണം. ഘടോൽക്കചന്റെ മകൻ ബർബരികനെക്കുറിച്ചാണ് ആ നോവൽ. ബർബരികനെക്കുറിച്ച് ഇവിടത്തെ പല പണ്ഡിതന്മാരും കേട്ടിട്ടുണ്ടായിരുന്നില്ല. കർണാടകത്തിലെ യക്ഷഗാനത്തിലേക്കും രാജസ്ഥാനിലെ കടുശ്യാംജി സങ്കല്പത്തിലേക്കും സഞ്ചരിക്കേണ്ടി വന്നു എനിക്ക്. എന്നിട്ടും ബർബരികന്റെ നീലക്കുതിരയുടെ ഉറവിടം തേടി ഒരുപാട് ഇടങ്ങളിൽ വേറെയും തിരയേണ്ടി വന്നു. കഥയ്ക്ക് ഇത്തരം ഗവേഷണങ്ങളൊന്നും വേണ്ടി വന്നിട്ടില്ല. അത് താനേ വരുന്നതാണ്. അതുകൊണ്ട് എഴുത്ത് എളുപ്പമാണ്. വരാനുള്ള താമസമേ ഉള്ളൂ. ചിലപ്പോഴൊക്കെ ഈ താമസം വല്ലാത്ത വേദനയുമാണ്.

- കഥാ വിമർശനം:

അർഹിക്കുന്നവരെക്കാൾ കൂടുതൽ നിരൂപകശ്രദ്ധ തേടിയെത്തുക ഭാഗ്യവാന്മാരെയാണ് എന്നു തുടക്കം മുതലേ ഞാൻ മനസ്സിലാക്കിയിരിക്കുന്നു. കുറച്ചു കാലത്തേക്ക് ആ

ഭാഗ്യകടാക്ഷം എനിക്കു ലഭിക്കുകയും ചെയ്തു. തൊണ്ണൂറുകളുടെ തുടക്കത്തിൽ നിരൂപകന്മാർ എന്റെ കഥകളെ ധാരാളം പുകഴ്ത്തി പറഞ്ഞിട്ടുണ്ട്. അച്ചടിച്ചു വന്ന ആ ലേഖനങ്ങളൊക്കെ ഞാൻ സൂക്ഷിച്ചുവെച്ചിട്ടുമുണ്ട്. അതുകൊണ്ട് പ്രത്യേകിച്ച് ഗുണമൊന്നും ഉണ്ടായിട്ടില്ല. നിരൂപകന്മാർക്ക് അതൊക്കെ എപ്പോൾ വേണമെങ്കിലും മാറ്റി പറയാം. അതിനു വേണ്ടിയാണ് പുനർവായന, അപനിർമ്മാണം എന്നു തുടങ്ങിയ സാങ്കേതിക പദങ്ങൾ അവർ കണ്ടുപിടിച്ചിരിക്കുന്നത്. പിന്നെ ഉയരുന്ന ഒരു ചോദ്യമുണ്ട്. എന്താണ് ഭാഗ്യം? അത് നമ്മൾ സൂത്രത്തിൽ ഉണ്ടാക്കി എടുക്കുന്ന ഒരവസ്ഥയാണ് എന്ന് എനിക്കറിയാം. എനിക്കാണെങ്കിൽ ആ സൂത്രം ശരിക്കങ്ങോട്ട് വശമായിട്ടില്ല താനും. ഇനി ഈ പ്രായത്തിൽ അതു വശമാകുമെന്നും തോന്നുന്നില്ല.

- കഥയുടെ ക്രാഫ്റ്റ്:

  എഴുത്ത് എനിക്ക് ഒരു പനി വരും പോലെയാണ്. ചിലപ്പോൾ ആ പനിയിൽ നിന്ന് ഒന്നും കിട്ടിയില്ലെന്നു വരും. ചിലപ്പോൾ എന്തെങ്കിലും കിട്ടിയെന്നും വരും. പറഞ്ഞല്ലോ. ഒരുപാട് സ്വപ്നം കാണുമ്പോഴേ ഒരു കഥ ജനിക്കൂ. ജനിക്കുന്ന ആ കുഞ്ഞിനെ കണ്ണെഴുതി പൊട്ടു തൊടുവിക്കുമ്പോൾ അതിനെ ക്രാഫ്റ്റ് എന്നു വിളിക്കാമെങ്കിൽ, ഇതു രണ്ടും ചേർന്നതാണ് എന്റെ കഥകൾ എന്നു പറയേണ്ടി വരും.

- എഴുത്തിനെക്കുറിച്ച്:

  ഞാൻ എഴുത്തു തുടങ്ങിയ കാലത്ത് ഇവിടെ കഥാകൃത്തുക്കളിൽ പലരും അസ്തിത്വ ദുഃഖത്തിന്റെ ജ്വരം ബാധിച്ചവരായിരുന്നു. അതുകൊണ്ടുതന്നെ അവരുടെ കഥകളിൽ ചരസ്സിന്റെ ലഹരിയും ഉപനിഷത്തുക്കളുടെ വേദാന്തവും വരികയും പോകുകയും ചെയ്തിരുന്നു; വർഷകാലാരംഭത്തിലെ നിലാവു പോലെ. അതിനെ നിരൂപകന്മാർ ആധുനികത എന്ന് അന്ന് വിളിച്ചു. ഒരിക്കൽ അതിപ്രശസ്തനായ ഒരു ദക്ഷിണേന്ത്യൻ എഴുത്തുകാരൻ (മലയാളിയല്ല) എന്നോടു പറഞ്ഞത് ചരസ്സും ഭാംഗുമൊക്കെ എഴുത്തുകാരും ചിന്തകന്മാരും ഉപയോഗിക്കുന്നത് നല്ലതാണ് എന്നാണ്. ഉദാഹരണമായി അദ്ദേഹം ചൂണ്ടിക്കാട്ടിയതാവട്ടെ, ഭാരതീയ വേദാന്ത ആചാര്യന്മാരെ. ആധുനികത എന്നെ സ്വാധീനിച്ചില്ല എന്നത് വാസ്തവം. പക്ഷേ അതിന്റെ മോഹവലയത്തിൽ ഞാനും പെട്ടുപോയിട്ടുണ്ട്. അതിന് ഉദാഹരണമാണ് അക്കാലത്ത് ഞാൻ എഴുതിയ 'ഞങ്ങളുടെ ഗോപാലൻ കുട്ടി' എന്ന കഥ. കലാകൗമുദിയാണ് കഥ

പ്രസിദ്ധീകരിച്ചത്. അതു വായിച്ച ആളുകൾ അമ്പരപ്പോടെ എന്നെ നോക്കിയത് ഓർമ്മയുണ്ട്. ആധുനിക സിദ്ധാന്തത്തിൽ എഴുതിയതോ, അതോ ആധുനികതയെ പരിഹസിച്ച് എഴുതിയതോ എന്ന് ചിലരൊക്കെ എന്നോടു ചോദിക്കുകയും ചെയ്തു. ഞാൻ മറുപടി ഒന്നും പറഞ്ഞില്ല. ആധുനികതാസിദ്ധാന്തം ഒരു മോഹവലയമാണ് എന്ന തിരിച്ചറിവ് എന്നെ അതിൽ നിന്ന് വിട്ടുനിൽക്കാൻ സഹായിച്ചു. എന്റെ മുന്നേ നടന്ന എഴുത്തുകാർ ആരാധിച്ച ആ സിദ്ധാന്തങ്ങൾക്ക് ഞാൻ എതിരൊന്നും അല്ല. പക്ഷേ, എന്റെ തട്ടകം അതല്ല എന്ന് മനസ്സിലായി. ഇവ അടുത്തകാലത്ത് 'ഞങ്ങളുടെ ഗോപാലൻ കുട്ടി' എന്ന കഥയ്ക്ക് ഒരു തുടർച്ച പോലെ 'പുനഃപ്രതിഷ്ഠ' എന്നൊരു കഥ ഞാൻ എഴുതി. അനുഷ്ഠാനത്തിന്റെ പതിഞ്ഞ താളം എന്ന് അതിനൊരു നിരൂപണക്കുറിപ്പ് കണ്ടു. കാളിദാസന്റെ പഴയ ഒരു വിലാപം അപ്പോൾ എനിക്ക് ഓർമ്മ വന്നു.

- ഇഷ്ട കഥാകാരൻ:

എസ്.കെ. പൊറ്റെക്കാട്ട്, തകഴി, വൈക്കം മുഹമ്മദ് ബഷീർ, ഉറൂബ്, എം.ടി. എന്നിവരുടെ കഥകൾ ആവേശത്തോടെ വായിച്ചിരുന്ന കാലമാണ് ഞാൻ എഴുതിത്തുടങ്ങിയ കാലം. അവരുടെയൊക്കെ സ്വാധീനം എന്റെ എഴുത്തിൽ ഉണ്ടെന്നും അതിൽനിന്ന് മോചനം നേടണമെന്നും തുടക്കത്തിൽ എനിക്കു മനസ്സിലാക്കിത്തന്നത് നന്തനാരായിരുന്നു. രണ്ടു കഥകൾ മനസ്സിൽ ഉടനെ തെളിയുന്നു. ഉറൂബിന്റെ രാച്ചിയമ്മയും എം.ടിയുടെ ഇരുട്ടിന്റെ ആത്മാവും. കൂടുതൽ പ്രകാശം പരത്തുക രാച്ചിയമ്മയാണ്. ഈ കണ്ടെത്തൽ തികച്ചും വ്യക്തിപരവും ആണ്. നെറ്റിയിലെ മഞ്ഞൾക്കുറി മായ്ച്ചുകളഞ്ഞ് ചന്ദനക്കുറി തൊട്ടു നിൽക്കുന്ന രാച്ചിയമ്മ വലിയൊരു നഷ്ടബോധത്തിന്റെ പ്രതീകമാണ്. അടക്കിപ്പിടിച്ച ഒരു തേങ്ങലാണ്. ആ തേങ്ങൽ എന്നിൽ ഇപ്പോഴും നിറഞ്ഞുനിൽക്കുന്നു. ജന്മാന്തരങ്ങളിലേക്ക് കടന്നുചെല്ലുന്ന കഥയാണത്. ആ കഥയുടെ ഋജുതയും ഹാസവും എന്നെ ഒട്ടൊന്നുമല്ല അതിശയപ്പെടുത്തിയിട്ടുള്ളത്.

- വർത്തമാനകഥ:

ഞാൻ എഴുതിത്തുടങ്ങിയതിനുശേഷം എഴുത്തു തുടങ്ങിയവരുടെ കൂട്ടത്തിൽ എടുത്തുപറയേണ്ട പലരും ഉണ്ട്. ഈ കഥാകൃത്തുക്കളൊക്കെ സാഹിത്യത്തിൽ പുതിയ വഴികളും പുതിയ രീതികളും പരീക്ഷിച്ചു വിജയിച്ചവരാണ്. വായിച്ചാൽ മനസ്സിലാകുന്ന കഥകളും മനസ്സിലാവാത്ത കഥകളും അവരിൽ പലരും എഴുതിയിട്ടുമുണ്ട്. മനസ്സിലാകുന്നത് വായനക്കാരന്റെ മിടുക്കു

കൊണ്ടും മനസ്സിലാകാത്തത് അവന്റെ മിടുക്കുകേടുകൊണ്ടും എന്നു മാത്രം വേണം കരുതാൻ. അങ്ങനെ കരുതുന്നതാണ് മനഃസമാധാനത്തിനു നല്ലത്.

- എഴുത്തും പ്രസാധനവും:

എഴുതിക്കഴിഞ്ഞാൽ അത് മറ്റാരെങ്കിലും വായിക്കണം എന്നത് ഓരോ എഴുത്തുകാരന്റെയും ആഗ്രഹമാണ്. ഇംഗ്ലീഷ് നോവൽ ബുക്കുകൾ വായിച്ച്, അതുപോലെ ഒരു ബുക്ക് തന്റെ ഭാര്യക്ക് വായിക്കാനായി എഴുതണമെന്നു കരുതിയ ഒരു നോവലിസ്റ്റ് ഇതിലേയൊക്കെ കടന്നുപോയല്ലോ. അദ്ദേഹത്തിന്റെ ഭാര്യ മാത്രമല്ല ആ നോവൽ വായിച്ചതെന്നും അത് ചരിത്രത്തിന്റെ ഭാഗമായി എന്നും നമുക്കറിയാം. പ്രസാധകൻ ആണ് അതിനെ അങ്ങനെ ആക്കിയത്. എഴുതിയത് പ്രസിദ്ധീകരിക്കാൻ ആരുമില്ലെങ്കിൽ പിന്നെ എഴുത്തെന്തിന്? എഴുതാനുള്ളത് സ്വപ്നമായിത്തന്നെ കൊണ്ടുനടന്ന് അതിൽ അഭിരമിച്ചുകൊണ്ടിരുന്നാൽ മതിയല്ലോ. അതല്ല എഴുത്തുകാരന്റെ ആഗ്രഹം. അതുകൊണ്ടു തന്നെ എഴുത്തും പ്രസാധനവും തമ്മിൽ അഭേദ്യമായ ഒരാത്മബന്ധം നിലനിൽക്കുന്നു.

- ഇഷ്ടപ്പെട്ട കഥ:

ഞാൻ എഴുതിയ എല്ലാ കഥകളും എനിക്ക് ഏറ്റവും ഇഷ്ടപ്പെട്ടവയാണ്. ഇഷ്ടപ്പെടാത്തവയൊക്കെ പ്രസിദ്ധീകരണത്തിന് അയയ്ക്കാതെ കീറിക്കളഞ്ഞിരിക്കുന്നു. എന്നിരുന്നാലും ആദ്യമായി മാതൃഭൂമി ആഴ്ച്ചപതിപ്പിൽ പ്രസിദ്ധീകരിച്ചു വന്ന കഥയോട് എനിക്ക് ഒരു പ്രത്യേക മമതയുണ്ട്. അന്ന്, ശ്രീ എം. കൃഷ്ണൻ നായർ മലയാളനാട്ടിൽ സാഹിത്യ വാരഫലം എഴുതുന്ന കാലമാണ്. അദ്ദേഹം ആ കഥയെ നിശിതമായി വിമർശിക്കുകയും ചെയ്തിരുന്നു. എന്നാലോ, മാതൃഭൂമി നിരസിച്ച്, പിന്നീട് കലാകൗമുദി പ്രസിദ്ധീകരിച്ച 'യാത്രാരംഭത്തിലെ മഴ' എന്ന കഥയെ അദ്ദേഹം നന്നായി പ്രശംസിക്കുകയും ചെയ്തു. കുറെ കാലത്തിനുശേഷമാണ് 'പർദ്ദ' എന്നൊരു കഥ ഞാൻ എഴുതിയത്. നേരത്തെ പറഞ്ഞതുപോലെ ഒരുപാട് സ്വപ്നം കണ്ടതിനുശേഷമാണ് അത് എഴുതിയത്. എഴുതിക്കഴിഞ്ഞ് വായിച്ചു നോക്കിയപ്പോഴാണ് ഞാൻ മനസ്സിലാക്കുന്നത്, സ്വപ്നം കണ്ടതിന്നപ്പുറത്തുള്ള ഒരു തലത്തിലേക്ക് അത് എത്തിയിരിക്കുന്നു എന്ന്. മരുഭൂമിയിൽ വെച്ച് സ്വപ്നം കണ്ട ജെറിവൈറ്റിന്റെ ശ്രീകൃഷ്ണൻ എന്ന കഥയും അതുപോലെതന്നെ. ചുരുക്കത്തിൽ, ഇഷ്ടപ്പെട്ട ഒരു സ്വന്തം കഥ എന്നു പറയുക പ്രയാസം. ■

കഥകൾ

സാവിത്രി 15
ബലി 24
വിജയപൂർവം വിലാസിനി 31
പരുന്ത് 38
കടൽപോലെ കാമിനി 48
കുന്നിന്റെ മുകളിലെ ചെറിയ കോട്ട 60
സിംഹത്തിന്റെ മനസ്സ് 69
ഈശ്വരനും ഇന്ത്യയും മറ്റും 80
പർദ്ദ 89

സാവിത്രി

പന്ത്രണ്ടാംനിലയുടെ നീല വാതിലിനിപ്പുറത്തെ സ്വിച്ച് ഒന്നു ശങ്കിച്ചാണ് തൊട്ടത്, വളരെ പതുക്കെ. അഹമ്മദ് ഹംസയോ മറ്റോ അകത്തുണ്ടാവുമോ എന്നായിരുന്നു ഉണ്ണികൃഷ്ണന് സംശയം. ഉണ്ടായാലും പേടിക്കാനൊന്നുമില്ല. എന്നിട്ടും വെറുതെ ഒരു പരിഭ്രമം.

സാവിത്രി തന്നെയാണ് വാതിൽ തുറന്നത്. ഒരു നിമിഷം അവർ ഉണ്ണികൃഷ്ണനെ സൂക്ഷിച്ചുനോക്കി. പിന്നെ, ഒരാശ്വാസത്തോടെ മുഖമിളക്കി ചിരിച്ചു.

"ഉണ്ണ്യേ്യാ?" ഇളംമഞ്ഞ സാരിയുടെ പൂച്ചിത്രം പടർന്ന മുന്താണിത്തുമ്പുകൊണ്ട് വിരലറ്റം തുടച്ചുകൊണ്ട് സാവിത്രി ക്ഷണിച്ചു: "വരൂ."

ഉടുത്തൊരുങ്ങി എവിടെയോ പോകാനുള്ള തയ്യാറിലാണ് സാവിത്രി എന്നു തോന്നി. ചുമലുകൾക്ക് അല്പം താഴേക്ക് ഇറങ്ങിക്കിടന്ന മുടിയും മറച്ച് വലത്തോട്ട് വലിച്ചു ചുറ്റിയ സാരി. കാതിൽ ഇന്നലെ കണ്ട വലിയ സ്റ്റഡ്ഡിനു പകരം ഒരു സ്വർണ്ണവളയം. നെറ്റിയിൽ ഒരു വലിയ മഞ്ഞപ്പൊട്ട്. ഒരവസാന മിനുക്കുപണികൂടി വേണ്ടിയിരിക്കുന്നു എന്ന് തോന്നുന്നു. ഇടത്തെ കണ്ണിനു താഴെ അല്പം പൗഡർ പറ്റിപ്പിടിച്ചിട്ടുണ്ട്.

അകത്ത് എവിടെയോ നിന്ന് ജ്ഞാനപ്പാനയുടെ വരികൾ ഈണത്തിൽ ചൊല്ലിയ റെക്കോഡിന്റെ ശബ്ദം പടർന്നിറങ്ങി.

"ഉണ്ണി അകത്തേക്കു വരൂ."

സ്പോഞ്ചുപോലുള്ള പച്ചക്കാർപ്പെറ്റു വിരിച്ച സ്വീകരണ മുറിയിലേക്കു കടക്കുമ്പോൾ അല്പം പരുങ്ങലോടെ അയാൾ ചോദിച്ചു:

"എവിടെങ്കിലും പോവാൻ നിൽക്കാണോ...? എന്നാൽ ഞാൻ പിന്നെ വരാം."

അല്ലെങ്കിൽ, അവർ ഉടുത്തൊരുങ്ങി അഹമ്മദ്ഹംസയെ കാത്തു നിൽക്കുകയാവാമെന്നും അസ്വസ്ഥതയോടെ, ഉണ്ണികൃഷ്ണന് തോന്നാതിരുന്നില്ല.

"ഞാനെവടേം പോണില്യ." സാവിത്രി ചിരിച്ചു.

മുറിയുടെ മൂലയിൽ നീലക്കർട്ടനു താഴെയുള്ള മേശപ്പുറത്തു കയറിയിരുന്ന്, വലിയ വിളക്കിന്റെ പ്രകാശത്തിൽ ഒരെട്ടുവയസ്സുകാരൻ കുട്ടി ഏതോ മാസിക മറിച്ചുനോക്കുന്നു. ഉണ്ണികൃഷ്ണനെ കണ്ട് ഒന്നു തല ചെരിച്ചു. പിന്നെയും പേജുകൾ മറിച്ച് ചിത്രങ്ങൾ നോക്കുകയായിരുന്നു. പിന്നെ, ഇടയ്ക്കിടെ, തന്റെ മഞ്ഞ സ്വെറ്ററിന്റെ കോളറിൽ തെരുപ്പിടിപ്പിക്കുകയും.

അതിനിപ്പുറത്തെ മൂലയിൽ, ശബ്ദം അമർത്തിവെച്ച ടെലിവിഷനിൽ ചിത്രങ്ങൾ മാഞ്ഞും തെളിഞ്ഞും വീണു.

"മേനോൻ വന്ന്ട്ട്ല്ല്യേ?"

സോഫയുടെ പതുപതുത്ത കുഷ്യനിൽ ഇരുന്നുകൊണ്ട് ഉണ്ണികൃഷ്ണൻ ചോദിച്ചു. അയാൾക്കെതിരെയുള്ള സോഫയുടെ ഒരറ്റത്ത് സാവിത്രിയും അപ്പോൾ ഇരുന്നു.

ഇടത്തെ കണ്ണിനു താഴെ പൗഡർ എന്ന്, മുൻപൊക്കെയായിരുന്നുവെങ്കിൽ പറയുമായിരുന്നു ഉണ്ണികൃഷ്ണൻ. പക്ഷേ, ഈ മുന്നിലിരിക്കുന്നത് പണ്ടത്തെ സാവിത്രിയല്ലെന്നാണ് ഉണ്ണിലുണരുന്ന മിടിപ്പ്.

"ദാസേട്ടൻ എന്നും വളരെ വൈകും." കൈവിരലുകൾ ടീപ്പോയിൽ കിടന്ന കട്ടിയുള്ള ഇംഗ്ലീഷുപുസ്തകത്തിന്റെ പേജുകളിലോടിച്ച് സാവിത്രി പറഞ്ഞു.

മേനോന് എവിടെയാണ് ജോലി എന്ന് ഉണ്ണികൃഷ്ണന് അറിയില്ല. വേണമെങ്കിൽ ചെറിയാനോടോ രാധാകൃഷ്ണനോടോ ചോദിച്ചാൽ മതി. അവരാണല്ലോ സാവിത്രിയെപ്പറ്റിയും അഹമ്മദ് ഹംസയെപ്പറ്റിയും വൈകുന്നേരങ്ങളിൽ വിസ്തരിച്ച് കഥ പറയുന്നത്.

"ഏത് ഹോസ്പിറ്റലിലാ മേനോന് ജോലി?"

"ജോല്യൊന്നല്ല. സ്വന്തം ക്ലിനിക്ക് നടത്താണ്. പത്തുമണി കഴിയും എന്നും വരാൻ."

സാവിത്രിയുടെ ശബ്ദത്തിൽ അഭിമാനമോ സന്തോഷമോ ഒന്നും ഇല്ലെന്ന് അയാൾ മനസ്സിലാക്കി.

ഇന്ത്യാ ക്ലബ്ബിന്റെ മൂലയിൽ, ടെന്നീസ് കോർട്ടിലേക്കു കടക്കുന്ന ചില്ലുവാതിലിനുമിപ്പുറത്ത്, ഇന്നലെ, പാതിയൊഴിഞ്ഞ വിസ്കി ഗ്ലാസ് തലോടിക്കൊണ്ട് നിന്നപ്പോൾ, ഓർക്കാൻ ശ്രമിച്ചുപേക്ഷിച്ച ഒരു ശ്ലോകത്തിന്റെ ആദ്യ വരിപോലെ, സാവിത്രി ചില്ലുവാതിലും തള്ളിത്തുറന്നു കടന്നുവന്നു അവിചാരിതമായി. സാവിത്രിയെ അവിടെ പ്രതീക്ഷിച്ചതേയില്ല. ആദ്യം ഗ്ലാസ് മറച്ചുപിടിക്കാനാണ് തുനിഞ്ഞത്. പിന്നെ കുറ്റം ചെയ്തവനെപ്പോലെ പകുതി ചിരിച്ചു. സാവിത്രി കുടുകുടെ ചിരിച്ചു. എന്നിട്ടു പറഞ്ഞു: "എനിക്കറിയാം നിന്നെ. നീയിപ്പോൾ കുട്ടിയൊന്നുമല്ലല്ലോ."

സാവിത്രിയേടത്തി എന്നു വിളിക്കാത്തതിന് മുൻപൊരിക്കൽ ഉണ്ണികൃഷ്ണനെ ശാസിച്ചിരുന്നു, ഈ സാവിത്രി.

പിന്നെ, അല്പനേരം സംസാരിച്ച് വീടിന്റെ വിലാസംതന്ന് സാവിത്രി പോയപ്പോൾ ചെറിയാൻ പറഞ്ഞു: "നീ പുളിങ്കൊമ്പാണല്ലോടാ, ഉണ്ണീ പിടിച്ചത്." എന്നിട്ട് അവർ വീണ്ടും അഹമ്മദ്ഹംസയുടെ നീല മെഴ്സിഡസ് കാറിനെക്കുറിച്ചു സംസാരിക്കാൻ ആരംഭിച്ചു.

"സൗമിനി എവിട്യാ ഇപ്പോ?" ഓർമ്മയിൽനിന്ന് ഒന്നു കുടഞ്ഞുണർന്നു സാവിത്രി ചോദിച്ചു.

"പാലക്കാട്ടന്നെ."

"എന്നെ മറന്നു." പൊടുന്നനെ സാവിത്രിയുടെ ശബ്ദത്തിൽ നനവിറങ്ങി. "ഞാൻ നാലു കത്തയച്ചിട്ടും ഒരുവരി എഴുതീല്യ."

"മറന്ന്ട്ടൊന്നുവല്ല. സൗമിന്യേടത്തിക്ക് എവ്ടാ സമയം? ഗോപിയേട്ടന് ഓരോന്ന് ഒരുക്കിക്കൊടുക്കാൻതന്നെ സമയംപോര." പക്ഷേ, നാലു കത്തുകളെക്കുറിച്ച് സൗമിനിയേടത്തി ഒരിക്കലും പറഞ്ഞിട്ടില്ലെന്ന് ഓർക്കുകയായിരുന്നു ഉണ്ണികൃഷ്ണൻ അപ്പോൾ. സാവിത്രി ഇവിടെയുണ്ടെന്നു മാത്രം ഒരിക്കൽ പറഞ്ഞു. സൗമിനിയേടത്തിക്ക് സാവിത്രിയോട് എന്തെങ്കിലും പരിഭവം ഉണ്ടോ ആവോ.

"സൗമിനിക്ക് ഇപ്പോ എത്ര കുട്ട്യോളാ?"

"നാല്."

"ഉം." സാവിത്രി എന്തോ ഓർത്ത് മൂളി. പിന്നേയും അല്പനേരം മൗനമായി ഇരുന്നു.

"മമ്മി, മമ്മി, ഐ സോ കരാട്ടെ ടുഡേ–" നോക്കിക്കൊണ്ടിരുന്ന മാസിക അടച്ചുവെച്ചിട്ട് സാവിത്രിയുടെ മകൻ പറഞ്ഞു.

"ഫ്രം വേർ?"

"സ്കൂൾ... ഓ. ഇറ്റ് വാസ് ഗ്രേറ്റ്... ഷിക് - ഷിക്–" കുട്ടി മേശപ്പുറത്തുനിന്നു ചാടിയിറങ്ങി ആംഗ്യം കാണിച്ചു തിരിഞ്ഞു. ഇതിനിടയിൽ അവൻ ഒന്നു വീഴുകയും ചെയ്തു. പിന്നെ എഴുന്നേറ്റ് ജാള്യതയോടെ മേശപ്പുറത്തു കൈയൂന്നി, തല ചെരിച്ച് ടെലിവിഷനിൽ നോക്കിക്കൊണ്ടു നിന്നു.

സാവിത്രി ചിരിച്ചു. എന്നിട്ടു പറഞ്ഞു: "നെവർ മൈൻഡ്... ഡിഡ് യു സെ ഗുഡ് ഈവനിങ് ടു ദിസ് അങ്കൾ?"

"ഓ– ഐആം സോറി... ഗുഡ് ഈവ്നിങ് അങ്കൾ." കുട്ടി തിരക്കിട്ടു കഴുത്തു ചെരിച്ചു പറഞ്ഞു.

"ഗുഡ് ഈവ്നിങ്... മോന്റെ പേരെന്താ–?"

കുട്ടി ചിരിച്ചതേയുള്ളൂ. വീണ്ടും അവന്റെ കണ്ണുകൾ ടെലിവിഷനിലെ പാട്ടുകാരനിൽ പതിഞ്ഞുനിന്നു.

“അവൻ മലയാളം പറയില്ല.” കുറ്റബോധത്തോടെ സാവിത്രി പറഞ്ഞു: “ദാസേട്ടൻ സമ്മതിക്കില്ല.” എന്നിട്ടു തിരിഞ്ഞു കുട്ടിയോട്. “ടെൽ ഹിം യുവർ നേം.”

“വിജു.” കുട്ടി പിന്നെയും തിരക്കിട്ടു പറഞ്ഞു.

വെറുതെ അമർഷം കത്തിയ അസ്വസ്ഥതയോടെ ഉണ്ണികൃഷ്ണൻ വിചാരിച്ചു – നന്നായി, ജിം എന്നോ ജാക് എന്നോ ഒന്നുമല്ലല്ലോ. പിന്നെ വീണ്ടും സമാധാനം കൊണ്ടു. എന്തിനിതൊക്കെ ഓർക്കുന്നു. സാവിത്രി യുടെ കഥ ഇതിലും കഷ്ടമാണല്ലോ.

“ഞാൻ മറന്നുപോയി.” പെട്ടെന്ന് എഴുന്നേറ്റ് സാവിത്രി പറഞ്ഞു: “ഉണ്ണി എന്താ കഴിക്കാ?”

“എനിക്കൊന്നും വേണംന്നില്യ.”

“അതൊക്കെ വിട്. ഇന്നലെ നീ വിസ്കി കുടിക്ക്ണത് ഞാൻ കണ്ട തല്ലേ!” അല്പം മുൻപ് വിഷാദം തൊട്ടശുദ്ധമാക്കിയ അവരുടെ മുഖത്ത് തെളിമയുടെ ഒരു തരിപ്പൊന്ന് മിന്നി. സാരി തട്ടിക്കുടഞ്ഞുകൊണ്ട് സാവിത്രി അകത്തേക്കു പോയി.

വിജു ടെലിവിഷന്റെ മുന്നിൽനിന്നു മാറി. നീളത്തിൽ തൂക്കിയ കർട്ടൻ വകഞ്ഞു പുറത്തേക്കു നോക്കിക്കൊണ്ടു നിൽക്കുകയായിരുന്നു.

അകത്ത് ശബ്ദം നിലച്ചിരിക്കുന്നു. തീർന്നിട്ടുണ്ടാവണം.

ഉണ്ണികൃഷ്ണൻ പതുക്കെ എഴുന്നേറ്റ് വിജുവിന്റെ അടുത്തു ചെന്നു നിന്നു. എന്നിട്ട് ചോദിച്ചു:

“ഇൻ വിച്ച് ക്ലാസ് ആർ യു നൗ?”

“സെക്കൻഡ്.”

കുട്ടിയുടെ ചെറിയ ശബ്ദം വീണ്ടും നേർത്തിരുന്നു. അവൻ ഒരു പക്ഷേ, കരാട്ടയെപ്പറ്റിയോ മറ്റോ ഓർക്കുകയാവാം.

“ഹൗ ഈസ് യുവർ സ്കൂൾ?”

“ഉം?”

“ഹൗ ഈസ് യുവർ സ്കൂൾ?”

കുട്ടി മറുപടിയൊന്നും പറഞ്ഞില്ല. തന്നെ അവന് പൊതുവെ ഇഷ്ട പ്പെട്ടില്ലാവാം. അല്ലെങ്കിൽ ആ ചോദ്യം മറുപടി അർഹിക്കുന്നില്ലെന്ന് നിന ച്ചിട്ടുണ്ടാവാം.

താഴെ നഗരപാതകളിൽ ഭീമാകാരന്മാരായ ഉറുമ്പുകളെപ്പോലെ ചുവന്ന കണ്ണും തെളിയിച്ചു വാഹനങ്ങൾ അരിച്ചു. ദൂരെ, ആകാശം കടൽ തൊടുന്നിടത്ത്, ഏതോ കപ്പലുകളുടെ സിഗ്നൽക്കണ്ണുകൾ കര തിരഞ്ഞു. പിന്നെ അടുത്തുള്ള വിമാനത്താവളത്തിലിറങ്ങാൻ ഒരു വിമാനം വാലും തലയും മിന്നിച്ചു താഴ്ന്നു പറന്നു.

അതിനും മുകളിൽ മാനത്തിന്റെ വലംകോണിൽ തിരുവാതിര തിളങ്ങി.

അമ്പലപ്പറമ്പിൽനിന്ന് ഇടവഴിയിലേക്കു കയറുന്നിടത്ത്, സന്ധ്യയ്ക്ക് പതിയെ ചൂളംവെക്കുന്ന അന്നക്കരയുടെ ചുവട്ടിൽവെച്ചാണ് സാവിത്രി ഉണ്ണികൃഷ്ണന് തിരുവാതിര കാണിച്ചുകൊടുത്തത്. തിരുവാതിര തീക്കട്ട പോലെ എന്നു ചൊല്ലിക്കൊടുത്തത്.

രാമചന്ദ്രന്റെ കൈയിൽനിന്നു കിട്ടിയ ചിത്രങ്ങളുള്ള ചെറിയ ഇംഗ്ലീഷു പുസ്തകം സൗമിനിയേടത്തി കാണാതെ സാവിത്രിക്കു കൊടുത്തതും അന്നായിരുന്നുവെന്ന് ഉണ്ണികൃഷ്ണന് ഓർമ്മ വന്നു.

"ഫദ്ദൽ."* തൊട്ടുപിന്നിൽ ശബ്ദം കേട്ടു. സാവിത്രി ചിരിച്ചുകൊണ്ടു നിന്നു.

മെലിഞ്ഞ ഗ്ലാസിൽ വിസ്കിയും നിറയെ ഐസുമിട്ട് ടീപോയിമേൽ വെച്ചിരുന്നു. അയാൾ തിരിച്ച് സോഫയിൽ വന്നിരുന്നു.

"ഉണ്ണിക്ക് ഇതിന്റെ കൂടെ കഴിക്കാൻ വല്ലതും വേണോ?"

"ഉം. ഉം."

"ദാസേട്ടന്റെ ശീലംതന്നെ."

പിന്നെ, പുറത്തേക്കുതന്നെ നോക്കിക്കൊണ്ട് നിൽക്കുന്ന വിജു വിനോട് സാവിത്രി പറഞ്ഞു: "കമോൺ. ഹാവ് യുവർ ഫുഡ് ആൻഡ് സ്ലീപ്." എന്നിട്ട് തിരിഞ്ഞ് ഉണ്ണികൃഷ്ണനോട്: "ദാ വരുന്നൂട്ട്വോ ഉണ്ണീ."

ടും ടും എന്നിങ്ങനെ ചില ശബ്ദങ്ങളുണ്ടാക്കി, കൈവിരലുകൾ കൊണ്ട് ആംഗ്യം കാട്ടി വിജു സാവിത്രിയുടെ പിന്നാലെ പോയി.

ഒരുപക്ഷേ, സാവിത്രി ആവശ്യപ്പെടാത്തതുകൊണ്ടാവാം, അവൻ ഉണ്ണികൃഷ്ണനോട് ഗുഡ്നൈറ്റ് പറയാതെ പോയത്.

കാർപ്പെറ്റിന്റെ പതുപതുപ്പിൽ ഷൂസിന്റെ അറ്റംകൊണ്ട് താളം പിടിച്ച്, പിന്നെ ഗ്ലാസിന്റെ തണുപ്പിൽ തലോടി ഉണ്ണികൃഷ്ണൻ ഇരുന്നു. അയാളുടെ മനസ്സിൽ അപ്പോൾ, അമ്പലക്കുളവും ദേവീക്ഷേത്രവുമൊക്കെ, ചില വേനൽക്കിളികളെപ്പോലെ വന്നിരുന്ന് പെട്ടെന്ന് പറന്നുപോയിക്കൊണ്ടിരുന്നു.

സാവിത്രിയുടെ കല്യാണക്കാര്യം അറിഞ്ഞപ്പോൾ സൗമിനിയേടത്തിക്ക് കോപംകൊണ്ട് ഉടൽ വിറച്ചു. അന്ന് അവർ പറഞ്ഞു: "മെഡിസിന് പഠിക്കല് ഗംഭീരമായി. ആ വിദ്വാൻ മയക്കിയെടുത്തതാവും. സാവിത്രി അങ്ങനൊന്നും ഉള്ള കുട്ട്യല്ല." ഗോപിയേട്ടൻ അടുത്തുനിന്നു ചിരിച്ചു: "നിന്റെ ഫ്രണ്ടിന് അങ്ങനാ ഇഷ്ടംച്ചാൽ അതിന് നീയെന്തിനാ കലി തുള്ളണ്?" അപ്പോൾ ഉണ്ണികൃഷ്ണനോട് പറഞ്ഞു: "നിന്റെ ഓപ്പോളുടെ ചില നേരങ്ങളിലെ ഭാവം അതിവിശേഷം തന്ന്യാണേയ്."

---

* വരൂ, സ്വീകരിക്കൂ എന്നൊക്കെ അർത്ഥം വരുന്ന ഒരു അറബി ഉപചാരപദം.

ഉണ്ണികൃഷ്ണൻ അല്പാല്പമായി വിസ്കി കഴിച്ചു, മനസ്സിലെ ചെറിയ ഓർമ്മക്കീറുകളെ തലോടിക്കൊണ്ട്.

"ഇക്കൊല്ലം തണുപ്പ് കൊറവാണ്." കൈകൾ കൂട്ടിത്തിരുമ്മിക്കൊണ്ട് സാവിത്രി അകത്തുനിന്നു വന്നു. "കഴിഞ്ഞ കൊല്ലം ഇക്കാലത്ത് പൊരിഞ്ഞ മഴേരുന്നു."

ഉണ്ണികൃഷ്ണൻ ഒന്നും മിണ്ടിയില്ല. ഇവിടത്തെ കഴിഞ്ഞ കൊല്ലം താൻ കണ്ടിട്ടില്ല.

ടെലിവിഷനിലെ ചിത്രങ്ങൾ നോക്കിക്കൊണ്ട് ഉണ്ണികൃഷ്ണൻ ഇരുന്നു. ഏതോ ഒരു പലസ്തീനി പെൺകിടാവ് ചിരിച്ചുകൊണ്ട് നിൽക്കുന്നു.

"ഉണ്ണി സ്വെറ്ററൊന്നും വാങ്ങീലേ?"

"ഇല്ല."

"വാങ്ങിക്കോളൂ. ചെല നേരത്ത് ഇല്യാണ്ടെ പറ്റില്യ."

സാവിത്രി അയാളുടെ മുന്നിൽ വന്നിരുന്നു. അപ്പോൾ ഉണ്ണികൃഷ്ണൻ തല ചെരിച്ചു നോക്കി. ഇല്ല. ഇടത്തെ കണ്ണിനു താഴെയുള്ള വെളുത്ത പാട് മാഞ്ഞിട്ടില്ല.

"ഉണ്ണിക്ക് എവിട്യാ ജോലി?"

"ദാ- നേരെ മുൻപിലത്തെ ബിൽഡിങ്ങില് ഒരു കോൺട്രാക്റ്റിങ് കമ്പനില്യെ? അതില്."

"നന്നോ?"

"തരക്കേടില്യ."

"മാറണംന്നുണ്ടോ?"

"ഏയ്."

"വേണംന്ന്ണ്ടെങ്കില് വേറെ വല്ലതും ശ്രമിക്കാം."

"വേണ്ട. ഇത് തരക്കേടൊന്നൂല്യ."

സാവിത്രിയുടെ മുഖത്ത് അപൂർവമായ ഒരു ഗൗരവം വീണിരിക്കുന്നു. ഉമ്മറക്കോലായുടെ ചവിട്ടുപടിയിലിരുന്ന് അക്ഷരശ്ലോകം ചൊല്ലുന്നതിന്നിടയ്ക്ക്, ആരെങ്കിലും തെറ്റിച്ചു ചൊല്ലിയാൽ ഇതേ ഗൗരവം മുൻപ് ഉണ്ടായിക്കണ്ടിട്ടുണ്ട്.

"ഉണ്ണി ചിലപ്പോൾ കേട്ട്ട്ട്ണ്ടാവും." അകലെ നിന്നുള്ള വിറച്ച ശബ്ദത്തിൽ സാവിത്രി പറഞ്ഞു.

"എന്ത്?" സാവിത്രിതന്നെ അതു പറയുമോ എന്ന് പരിഭ്രമിക്കുകയായിരുന്നു ഉണ്ണികൃഷ്ണൻ.

"അഹമ്മദ് ഹംസയെപ്പറ്റി."

ഈശ്വരാ. വലിഞ്ഞു മുറുക്കിയ ചരടിന്മേൽ വിരലുഴിയുന്നതു പോലെ, ഒരു വല്ലാത്ത പ്രത്യേകതയുണ്ടായിരുന്നുവോ, ആ ശബ്ദത്തിന്?

"ഞാൻ കേട്ടു." ചെറിയാനേയും രാധാകൃഷ്ണനേയും അറിയുമെങ്കിൽ ഇതും അറിഞ്ഞിരിക്കുമെന്ന് സാവിത്രിക്ക് ഊഹിക്കാവുന്നതാണല്ലോ.

"ഉണ്ടാവും. ഇവിട്യൊക്കെ അതു പാട്ടാണ്." ഐസ് ബൗളിൽനിന്ന് ഐസ്കഷണങ്ങൾ എടുക്കുന്നതുപോലെത്തന്നെ, പെറുക്കിപ്പെറുക്കിയാണ് സാവിത്രി അക്ഷരങ്ങൾ എടുത്തത്. അവയ്ക്ക് അല്പം നനവുമുണ്ടോ?

"എന്തിനാ സാവിത്രി?"

"എനിക്കറിയില്ല ഉണ്ണീ." സാവിത്രി കണ്ണുകൾ താഴ്ത്തിയിരുന്നു.

"മേനോൻ അറിയ്യോ?"

"ഉം. ദാസേട്ടന്റെ ലോക്കൽ പാട്ട്ണറാണ്."

"കഷ്ടം!"

"ഓരോരുത്തർ എന്നോട് ഓരോന്നു പറയുന്നു." ആകാശത്തിൽ നിന്നെന്ന പോലെ അത്ര അകലത്തിലുള്ള ശബ്ദത്തിൽ സാവിത്രി പറഞ്ഞു: "രക്ഷപ്പെടണംന്ന്ണ്ട്. പക്ഷേ ഇനി പറ്റില്ല... കരച്ചിലൊക്കെ ഞാൻ എന്നേ നിർത്തി." ഒട്ടുനേരം ഓർത്തിരുന്ന് തുടർന്നു: "ആവോ- അറിയില്ല."

പിന്നെ, സാവിത്രി കൈകൊണ്ടു മുഖംപൊത്തി ഇരുന്നു. അവർ ഏതോ പഴയ കിനാവുകൾ മനസ്സിലേക്ക് കുറേശ്ശെ കുറേശ്ശെയായി കോരിയൊഴിക്കുകയാണെന്നു തോന്നി.

ഉണ്ണികൃഷ്ണന്റെ മനസ്സിലാകട്ടെ, അമ്പലക്കുളത്തിന്റെ അരികുകളിലെ, ചെറിയ ചുവന്ന പൂക്കൾ നിറഞ്ഞു നിറഞ്ഞു വന്നു.

താഴെ, വാഹനങ്ങളുടെ ഇരമ്പൽ, ഒരു താളം തെറ്റിയ പാട്ടുപോലെ തുടർന്നേപോയി. ടെലിവിഷനിലെ നിശ്ശബ്ദ വർണ്ണചിത്രങ്ങളും.

കാർപ്പെറ്റിൽ ഷൂസിൻതുമ്പുരസിക്കൊണ്ട്, സാവിത്രിയുണരാൻ കാത്തിരുന്നു, ഉണ്ണികൃഷ്ണൻ.

ഗ്ലാസിലെ വിസ്കി തീർന്നു.

"അഹമ്മദ് ഹംസ വളരെ ഇൻഫ്ളുവെൻഷ്യലാണ്." നനവു തേങ്ങിയ കൺപീലികൾ ചുവന്ന നഖത്തുമ്പുകൊണ്ട് പതുക്കെ ഉഴിഞ്ഞ് സാവിത്രി പറഞ്ഞു: "ഉണ്ണിക്ക് എന്തെങ്കിലും കാര്യണ്ടെങ്കില് പറഞ്ഞോളൂ. അതെങ്കിലും നടക്കട്ടെ."

ടീപ്പോയിന്മേൽ വിരിച്ച ചുവന്ന കള്ളികളുള്ള പ്ലാസ്റ്റിക് തുണിയിൽ ഇടത്തെ ചൂണ്ടാണിത്തുമ്പുകൊണ്ട് വൃത്തങ്ങൾ വരച്ചുകൊണ്ടിരുന്നു,

സാവിത്രി. പിന്നെ സോഫയുടെ കൈത്താങ്ങിന്മേൽ ചതുരങ്ങൾ വരയ്ക്കാൻ തുടങ്ങി.

"സൗമിനിയോട് ഇടയ്ക്കെങ്കിലും രണ്ടുവരി എഴുതാൻ പറയ്യോ?" മുടി വകഞ്ഞ് കാതിലെ സ്വർണ്ണവളയത്തിൽ വിരൽ ചുഴറ്റിക്കൊണ്ട് സാവിത്രി പറഞ്ഞു: "പഴയ കാര്യങ്ങളോർത്ത് ചിരിക്ക്യേ, കരയ്യേ ഒക്കെ ചെയ്യാലോ ഒന്നൂല്യെങ്കില്."

"എഴുതാം."

"ഉണ്ണിക്ക് കുറച്ചുംകൂടി വിസ്കി എടുക്കട്ടെ."

"വേണ്ട. എനിക്കു പോണം." വേറെ എന്തൊക്കെയോ ഓർത്തു കൊണ്ട് ഉണ്ണികൃഷ്ണൻ പറഞ്ഞു.

"ചപ്പാത്തിണ്ട്. അതു കഴിച്ചിട്ട് പോയാൽ മതി."

"വേണ്ട. ഞാൻ പിന്നെ വരണ്ട്."

"അതൊന്നും പറ്റില്യ. ഭക്ഷണം കഴിക്കാണ്ടെ പോവാൻ ഞാൻ സമ്മതിക്കില്യ."

"അഹമ്മദ്ഹംസ എപ്പഴാ വര്ാ?"

"ഇപ്പൊ വരും... ഒന്ന് പരിചയപ്പെട്ടോളൂ."

"അയാളെ കാണരുതുന്നുണ്ട്."

പൊടുന്നനെ ഒക്കെ മറന്ന് സാവിത്രി ചിരിച്ചു:

"ഉണ്ണിക്കെന്താ അയാളോട് ഇത്ര ദേഷ്യം? ഉണ്ണി കണ്ടിട്ടുംകൂടില്യാത്ത ആളോട്...? ദാസേട്ടനും കൂടില്യാത്തത്ര ദേഷ്യം."

"ഞാൻ കണ്ടിട്ടുണ്ട്." ഉണ്ണികൃഷ്ണൻ എഴുന്നേറ്റു. വാതിലിനിപ്പുറത്തെ മഞ്ഞച്ചുമരിൽ വിരൽ തേച്ചു നിന്നു.

"ഞാൻ പോട്ടെ."

"നിർബന്ധാണോ?"

"പിന്നെ വരാം."

"അതോ, ഇതോടെ മറക്ക്വോ?"

"ഉം. ഉം." അയാൾ എന്തോ ഓർത്തുകൊണ്ട് മൂളി. പിന്നെ തോന്നി. മറക്കാൻ സമ്മതിക്കില്ലല്ലോ. അതിനല്ലേ, കുളപ്പടവുകളിൽ ചോര തേയ്ക്കുന്ന സന്ധ്യയും ഒടിച്ചുകുത്തിപ്പൂവുകൾ കുലുങ്ങിയാടി വീഴുന്ന ഇടവഴിയുമൊക്കെ മനസ്സിൽ ഇടയ്ക്കിടെ ഓർമ്മയുടെ സൂചി കുത്തുന്നത്.

"ഉണ്ണി വന്നത് നന്നായി." സാവിത്രി പറഞ്ഞു. "പറഞ്ഞാൽ മനസ്സിലാവണ ഒരാളോട് ഇതൊക്കെ പറയണംന്നുണ്ടായിരുന്നു. ഇന്നു മനസ്സിനൊരു സമാധാനംണ്ട്നിക്ക്. പഴയകാലം പോലെ."

ഉണ്ണികൃഷ്ണൻ അപ്പോൾ അദ്ഭുതപ്പെടുകയായിരുന്നു. തനിക്ക് ഇതൊക്കെ മനസ്സിലായോ?

പതുക്കെ വാതിലിന്നടുത്തേക്കു നടന്നു. സാവിത്രിയെ പറഞ്ഞു സമാധാനിപ്പിക്കാമെന്നോ, പഴയപോലെ ഉമ്മറക്കോലായിലിരുന്ന് അക്ഷര ശ്ലോകങ്ങൾ നീട്ടിച്ചൊല്ലാമെന്നോ ഉള്ള വ്യാമോഹമൊന്നും ഇപ്പോൾ ഇല്ല. സാവിത്രിയുടെ മനസ്സു മാറ്റാൻ ആർക്കും ഒരിക്കലും കഴിയില്ലല്ലോ.

“സൗമിനിക്ക് എഴുതാൻ മറക്കരുത്.”

“ഉം.” വാതിലടയ്ക്കുമ്പോൾ ഉണ്ണികൃഷ്ണൻ ഒന്നുകൂടി അവരുടെ മുഖത്തേക്കു നോക്കി. മുഖം പൊത്തിയിരുന്നപ്പോഴെങ്കിലും കണ്ണിനു താഴെയുള്ള പൗഡർപ്പാട് മാഞ്ഞിട്ടുണ്ടാവുമെന്നേ കരുതിയത്.

ഇല്ല, മാഞ്ഞിട്ടില്ല.

വാതിൽ അല്പം തുറന്ന് ഉണ്ണികൃഷ്ണൻ വിളിച്ചു: “സാവിത്രി... ദാ, എടത്തെ കണ്ണിന്റെ താഴെ പൗഡർ.”

സാവിത്രി ചിരിച്ചു മുഖം തുടച്ചു.

വാതിലടച്ചു. മുഴുവൻ അടഞ്ഞില്ല. സാവിത്രിയാണ് പിന്നെ അകത്തു നിന്ന് തള്ളിയടച്ചത്.

താഴെക്കിറങ്ങാൻ ലിഫ്റ്റിനു നേരെ കാത്തുനിന്നു. അപ്പോൾ, അപ്പുറത്തെ ലിഫ്റ്റിൽനിന്ന് സുമുഖനായ അഹമ്മദ്ഹംസ ഇറങ്ങി വരുന്നു.

ലിഫ്റ്റിനകത്തേക്കു കയറിയിട്ട് ഒന്നുകൂടി നോക്കി ഉണ്ണികൃഷ്ണൻ.

നീലവാതിലിനു മുൻപിൽനിന്ന് ശിരോവസ്ത്രത്തിന്റെ ചുമൽത്തുമ്പു കൊണ്ട് കൈവെള്ള തിരുമ്മുകയായിരുന്നു, അഹമ്മദ്ഹംസ.

പിന്നെ, പെട്ടെന്ന് ലിഫ്റ്റിന്റെ സ്പ്രിങ്ങുവാതിൽ ഉണ്ണികൃഷ്ണന്റെ മുഖത്തടഞ്ഞു.

■

ബലി

ജനൽച്ചില്ലിനപ്പുറത്തു മരച്ചില്ലകളിലേക്കു മഴ തകർത്തു പെയ്യുകയാണ്.

പെയ്തിട്ടും പെയ്തിട്ടും കൊതിതീരാത്തതുപോലെ.

അനുരാധയുടെ മനസ്സിലും ഇപ്പോൾ വർഷക്കാലമാണ്, കണ്ണീർമഴയുടെ കാലം.

"ഇതൊന്നും അത്ര വലിയ പ്രശ്നമല്ല. ഒരു മണിക്കൂർ നേരത്തെ പണിയേ ഉള്ളൂ ഡോക്ടർ സുമതിക്ക്." അവളുടെ റൂംമേറ്റ് അർച്ചന അവളെ സമാധാനിപ്പിച്ചിരുന്നു. വേണുവുമായി വഴക്കിട്ടു പിരിഞ്ഞ അന്നു രാത്രിയിലാണ് അർച്ചന അതു പറഞ്ഞത്.

"വൈകിപ്പോയില്ലേ അർച്ചനേ" അനുരാധ വിവശതയോടെ ചോദിച്ചു.

"അതു നിശ്ചയിക്കുന്നതു നീയല്ല, ഡോക്ടർ സുമതിയാണ്."

അർച്ചന തന്നെയാണ് ഡോക്ടർ സുമതിക്കു ഫോൺ ചെയ്തത്; അനുരാധയുടെ മുന്നിൽ വച്ചു തന്നെ.

"ആന്റീ ഒരു പ്രോബ്ളം." അർച്ചന പറഞ്ഞു തുടങ്ങി. ആദ്യം സുമതി കരുതിയതു പ്രോബ്ളം അർച്ചനയ്ക്കു തന്നെയാണെന്നായിരുന്നു. അർച്ചന ഉറക്കെ ചിരിച്ചു. "അത്രയ്ക്ക് ബുദ്ദൂസൊന്നുമല്ല ഈ അർച്ചന." അവൾ ഫോണിലേക്കു പറഞ്ഞു.

"എന്റെ റൂംമേറ്റ് ഒരു ബുദ്ദൂസ് പെണ്ണുണ്ട്. എന്നെപ്പോലെ ഏഴു ബോയ്ഫ്രണ്ടൊന്നും അവൾക്കില്ല. ഒരേ ഒരാൾ. വേണുഗോപാൽ എന്ന ഒരു എം.ബി.എ. സ്റ്റുഡന്റ്. വലിയ തറവാട്ടുകാരാണത്രെ വേണുഗോപാലിന്റെ വീട്ടുകാർ. ഏതോ പ്രഭു കുടുംബം. പക്ഷേ പറഞ്ഞിട്ടെന്താ കാര്യം? പ്രഭുത്വമൊക്കെ വാക്കിലും കടലാസിലും മാത്രേ ഉള്ളൂ. ആവശ്യം അവസാനിച്ചപ്പോൾ അവൻ കൈമലർത്തി. പിന്നെ മുങ്ങി. അതു കഴിഞ്ഞു വാലും പൊക്കി ഒരൊറ്റ ഓട്ടം."

ഒരു കഥ പറയുംപോലെ ഏതാണ്ട് അരമണിക്കൂർ നേരം അർച്ചന ഡോക്ടറോടു സംസാരിച്ചു.

പിറ്റേന്നു തന്നെ അനുരാധയ്ക്ക് ഒരു അപ്പോയ്ന്റ്മെന്റ് കൊടുക്കുകയും ചെയ്തു സുമതി.

"കുട്ടി കരുതിയതു നേരാണ്. ഫീറ്റസിനു പതിനഞ്ച് ആഴ്ചയുടെ വളർച്ചയുണ്ടാകും." പരിശോധനകളൊക്കെ കഴിഞ്ഞ് ഡോക്ടർ സുമതി പറഞ്ഞു. "കുറച്ചുകൂടി മുമ്പായിരുന്നെങ്കിൽ കുറച്ചുകൂടി എളുപ്പമാകു മായിരുന്നു."

"എന്തെങ്കിലും കോംപ്ലിക്കേഷൻ...?"

"നീ മിണ്ടാതിരി." കൂടെയുണ്ടായിരുന്ന അർച്ചനയാണ് അതിനു മറുപടി പറഞ്ഞത്. "സുമതിയാന്റിയുടെ കൈയിൽ നീ സേഫാ."

"ഓപ്പറേഷൻ വേണം. അല്ലേ?" ചുണ്ടുകൾ അല്പം വിറപ്പിച്ചുകൊണ്ട് അനുരാധ ചോദിച്ചു.

അവൾ പരിചയപ്പെട്ട എല്ലാ ഡോക്ടർമാരെയും പോലെ സുമതി അതിനല്ല ഉത്തരം പറഞ്ഞത്.

"അയ്യേ... എന്തിനാ പേടിക്കണ്" എന്നാണ് സുമതി ചോദിച്ചത്.

പേടിയായിരുന്നില്ല അനുരാധയ്ക്ക്. മരണഭയംപോലും തരണം ചെയ്തു വളർന്നവളാണ് അവൾ. അതിനും രക്ഷകയായി എത്തിയത് അർച്ചന തന്നെ. ഒളിപ്പിച്ചുവച്ചിരുന്ന ആറു സ്ട്രിപ് ഉറക്കഗുളികകൾ അർച്ചന ക്ലോസറ്റിൽ ഇട്ടു ഫ്ളഷ് ചെയ്തു.

"ഭൂമിയുടെ അകത്ത് ഏതെങ്കിലും എലികൾ ഉണ്ടെങ്കിൽ അവ സുഖ മായി ഉറങ്ങിക്കൊള്ളട്ടെ." ചുകന്ന കവിളിലെ ഒരു മുഖക്കുരു നുള്ളി ക്കൊണ്ട് അർച്ചന പറഞ്ഞു.

"ഓപ്പറേഷനു നല്ല ദിവസം നോക്കുന്ന ശീലം വല്ലതും അനുരാധ യ്ക്ക്." ഡോക്ടർ സുമതി ചോദിച്ചു.

"ഒന്നും വേണ്ട ആന്റീ.." അനുരാധ നിഷ്കളങ്കതയോടെ പറഞ്ഞു. "ഈ സാധനത്തെ കഴിയുന്നതും വേഗം എടുത്തുകളഞ്ഞാൽ സമാധാനം."

ഈ സാധനത്തെ എന്ന വാക്കാണ് അനുരാധ മനപ്പൂർവ്വം ഉപയോഗി ച്ചത്. കുഞ്ഞ് എന്നോ മനുഷ്യക്കുഞ്ഞ് എന്നോ ഉള്ള വാക്കുപയോഗി ക്കാൻ അവൾ മടിച്ചു. സുമതി പറഞ്ഞ ഫീറ്റസ് എന്ന വാക്കുപോലും അവളെ ഭയപ്പെടുത്തി. ജീവിതത്തിൽ ആദ്യമായി താൻ ഒരമ്മയാവുന്ന തിന്റെ ഉൾക്കുളിരുപോലും ജ്വരമായിട്ടാണ് അവൾക്ക് അനുഭവപ്പെട്ടത്.

"എന്നാൽ അടുത്ത ആഴ്ച വന്നോളൂ." സുമതി പറഞ്ഞു. "സൂപ്പർ സ്പെഷ്യാലിറ്റി ഹോസ്പിറ്റലിൽത്തന്നെ ആയിക്കോട്ടെ. ഞാൻ ആഴ്ച യിൽ രണ്ടു ദിവസം അവിടെ സർജറിക്കു പോകുന്നുണ്ട്."

"വന്നോളാം" അനുരാധ പറഞ്ഞു.

ജനൽച്ചില്ലിനപ്പുറത്തു മഴയുടെ ശക്തിയൊന്നു കുറഞ്ഞു.

അനുരാധ എഴുന്നേറ്റു ചെന്നു മുറിയിലെ സെൻട്രലൈസ്ഡ് എ.സി. യുടെ സ്വിച്ച് ഓൺ ചെയ്തു. എന്നിട്ടു കട്ടിലിൽ വന്നു കമ്പിളികൊണ്ടു മൂടിപ്പുതച്ചു കിടന്നു.

25

ഇന്നലെ വൈകുന്നേരം വന്ന് അഡ്മിറ്റായതാണ് ഇവിടെ. അർച്ച നയും കൂടെ വന്നിരുന്നു. അവൾ രാവിലെയാണ് ഓഫീസിലേക്കു പോയത്.

വാതിൽക്കൽ നേർത്ത മുട്ട്.

“യേസ്. കമിൻ” പുതപ്പിനുള്ളിൽ നിന്ന് അനുരാധ വിളിച്ചുപറഞ്ഞു.

ഒരു സ്ട്രെച്ചറിന്റെ മുൻഭാഗമാണ് ആദ്യം മുറിക്കുള്ളിലേക്കു കടന്നു വന്നത്. അതു തള്ളിക്കൊണ്ടു പിന്നാലെ രണ്ടു സിസ്റ്റർമാരും.

“ഗുഡ്മോണിംഗ്” ഒരു ശബ്ദത്തിൽ ഒരേ ഈണത്തിൽ പരിശീ ലിച്ചു പഠിച്ച ഒരു സംഘഗാനത്തിന്റെ തുടക്കംപോലെ രണ്ടുപേരും ഒരുമിച്ചു പറഞ്ഞു.

അനുരാധ കട്ടിലിൽ എഴുന്നേറ്റിരുന്നു.

“ഗുഡ്മോണിംഗ്” സ്ട്രെച്ചറിന്റെ നേർക്ക് അല്പം ഭയപ്പാടോടെ നോക്കിക്കൊണ്ട് അനുരാധ പറഞ്ഞു.

പച്ച നിറത്തിലുള്ള ഒരു ഗൗൺ അവൾക്കു നീട്ടിക്കൊണ്ടു നഴ്സു മാർ സംഘഗാനത്തിന്റെ ബാക്കി പരിപാടി: “ഇതിട്ടോളൂ.”

“സമയമായി. അല്ലേ?” അല്പം വിറയ്ക്കുന്ന കൈകളിൽ ഗൗൺ വാങ്ങിക്കൊണ്ട് അനുരാധ ചോദിച്ചു.

ഗാനത്തിന്റെ ചരണം അപ്പോൾ അവൾ കേട്ടു.

“പത്തു മിനിറ്റിനുള്ളിൽ സുമതിഡോക്ടർ വരും. ഇന്നവർക്കു നാലു സർജറി. ആദ്യത്തേതു കുട്ടീടെയാ.”

അനുരാധ ബാത്റൂമിലേക്കു കയറി. ആദ്യം സ്വന്തം വസ്ത്ര ങ്ങളൊക്കെ അഴിച്ചുവച്ചു. എന്നിട്ടു കണ്ണാടിയിലെ പ്രതിബിംബത്തി ലേക്കു നോക്കി.

അടിവയറിനു അല്പം തടിപ്പുണ്ട്.

“നിന്നെ കുത്തിക്കീറിക്കളയാൻ പോവാണ് വേണുഗോപാലാ.” അവൾ അടിവയറിനോടു പറഞ്ഞു.

അനുരാധ പച്ച ഗൗൺ ധരിച്ചു.

എന്നിട്ടു വീണ്ടും പ്രതിബിംബത്തിലേക്കു നോക്കി.

“ഇപ്പോൾ ഞാൻ വേറൊരു പെണ്ണായി.” അനുരാധ പറഞ്ഞു. “നിനക്കൊരു പേരും ഞാൻ കണ്ടുവച്ചിട്ടുണ്ട്. രാധാമണി.”

അനുരാധ പ്രതിബിംബത്തെ നോക്കി സ്നേഹത്തോടെ വിളിച്ചു, “രാധാമണി.”

രാധാമണി തിരിച്ചു പുഞ്ചിരിച്ചു; എന്തുവേണമെങ്കിലും വിളിച്ചോളൂ എന്ന മട്ടിൽ.

അനുരാധ ബാത്റൂമിൽ നിന്നു പുറത്തേക്കു വന്നു.

"കേറിക്കിടന്നോളൂ" സ്ട്രെച്ചറിലേക്കു ചൂണ്ടിക്കൊണ്ടു സിസ്റ്റർമാർ കാരുണ്യത്തോടെ പറഞ്ഞു.

"എന്തിനാ?" രാധാമണി അവളുടെ കണ്ണുകൾ വലുതാക്കിക്കൊണ്ടു ചോദിച്ചു: "അത്ര ദൂരം നടക്കാനൊക്കെ എനിക്കു കഴിയും."

സിസ്റ്റർ ചിരിച്ചു.

"അത്ര ദൂരം ഓടാൻ വരെ കുട്ടിക്കു കഴിയും. പക്ഷേ, അതിവിടത്തെ ഒരു ചിട്ടയായിപ്പോയി."

"അങ്ങനേങ്കില് അങ്ങനെ" രാധാമണി തെല്ലഹങ്കാരത്തോടെ സ്ട്രെച്ചറിലേക്കു ചാടിക്കയറി കിടന്നു.

സ്ട്രെച്ചർ റൂമിനു പുറത്തേക്കു നീങ്ങി.

അതിൽ മലർന്നുകിടന്നുകൊണ്ടു രാധാമണി എന്ന അനുരാധ ആലോചിച്ചത് അവളുടെ അമ്മയെക്കുറിച്ചായിരുന്നു. കഴിഞ്ഞ ആഴ്ചയാണ് അമ്മയുടെ കത്തു കിട്ടിയത്. കൂടെ ഒരു ഫോട്ടോയും ഉണ്ടായിരുന്നു.

"അനു" അമ്മ എഴുതി.

"ഇതിൽ ഒരു ഫോട്ടോ വയ്ക്കുന്നു. ചെറുക്കൻ ആരെന്ന് ഇപ്പോൾ വ്യക്തമാക്കില്ല. ഫോട്ടോ ഇഷ്ടപ്പെട്ടെങ്കിൽ വ്യക്തമാക്കിത്തരാം. ചന്ദ്രികച്ചേച്ചി കൊണ്ടുവന്ന ഒരാലോചനയാണ്. വേഗം നിന്റെ അഭിപ്രായം പറയ്."

വേണുഗോപാൽ പരിപൂർണമായും അവളുടെ മനസ്സിൽനിന്നും ഇറങ്ങിക്കഴിഞ്ഞിട്ടില്ലാത്തതിനാൽ അവൾ ഫോട്ടോ ബയോളജി നോട്ടു പുസ്തകത്തിനുള്ളിൽ വച്ചു.

ഇന്നലെ വൈകുന്നേരം ആശുപത്രിയിലേക്ക് ഇറങ്ങാൻ തുടങ്ങിയപ്പോഴാണു വീണ്ടും അതൊന്ന് എടുത്തു നോക്കിയത്.

ഒരു രവിവർമ്മ ചിത്രത്തിലെന്നപോലെ പോസു ചെയ്തുനിൽക്കുന്ന ചെറുപ്പക്കാരൻ. നീണ്ട മൂക്ക്, തിളങ്ങുന്ന കണ്ണുകൾ, വലിയ നെറ്റി, ഭാവിയിൽ കഷണ്ടിക്കാരനാവും എന്നത് ഉറപ്പ്. അനുരാധ പുഞ്ചിരിച്ചു കൊണ്ടു വിചാരിച്ചു.

അവൾ കണ്ണുകളിലേക്കു വീണ്ടും നോക്കി. ആത്മവിശ്വാസം സ്ഫുരിക്കുന്ന കണ്ണുകൾ. ഒരു കാന്തികശക്തിയുണ്ട് ആ കണ്ണുകൾക്ക്.

ചന്ദ്രികയമ്മായി ആരെയാണ് തനിക്കുവേണ്ടി കണ്ടുവച്ചിരിക്കുന്നത് എന്നറിയാൻ അവൾ ബുദ്ധിയിൽ കുറെ പരതിനോക്കി. ഇത്തരമൊരു ചെറുപ്പക്കാരന്റെ ഫയൽചിത്രം തെളിഞ്ഞതേയില്ല.

സ്ട്രെച്ചർ തിയ്യേറ്ററിൽ എത്തി.

നീലഗൗണും തൊപ്പിയും മുഖംമൂടിയും ധരിച്ച രണ്ടുപേർ സ്ട്രെച്ചർ ഏറ്റുവാങ്ങി.

"അനുരാധ. ഇരുപത്തിമൂന്ന്." ഫെയ്സ് മാസ്കിനടിയിൽ ഒരു ശബ്ദം കേട്ടു.

"നോ. രാധാമണി." രാധാമണി പറഞ്ഞു.

തിയേറ്റർ നഴ്സിന്റെ കണ്ണുകൾ ഒന്നു തിളങ്ങി. ഒരു ദുരൂഹത അവരുടെ കണ്ണുകളിൽ നിഴലിച്ചു.

"ഡോക്ടർ സുമതീടെ പേഷ്യന്റല്ലേ...? എം.ടി.പി.ക്ക്..."

"അതേ" രാധാമണി പറഞ്ഞു. "നിങ്ങൾ ഉദ്ദേശിക്കുന്ന ശരീരം തന്നെയാണിത്. അല്പസമയത്തേക്കു പേരൊന്നു മാറ്റിയെന്നേയുള്ളൂ."

ഫെയ്സ് മാസ്കിനുള്ളിൽ നിന്ന് ഒരു നേർത്ത ചിരി കുലുങ്ങി.

"ഹോസ്പിറ്റൽ റെക്കോർഡിൽ അതു മാറ്റാൻ ഞങ്ങളുടെ മേലുദ്യോഗസ്ഥന്മാർ സമ്മതിക്കില്ല."

"നിങ്ങളുടെ ഇഷ്ടം" രാധാമണി പറഞ്ഞു.

"ഞങ്ങൾക്ക് അങ്ങനെ പ്രത്യേകിച്ച് ഇഷ്ടാനിഷ്ടങ്ങളൊന്നുമില്ല." തത്ത്വശാസ്ത്രം കലർന്ന ഒരു തർക്കുത്തരം പോലെ തിയേറ്റർ നേഴ്സ് പറഞ്ഞു.

ഒരു ഓപ്പറേഷൻ തിയേറ്റർ ആദ്യമായി കാണുകയാണ് രാധാമണി. നേർത്ത ഇരുട്ടിൽ ഗൗണും തൊപ്പിയും മാസ്കും ധരിച്ച രണ്ടുമൂന്നുപേരെ അവൾ കണ്ടു. ആണേത്, പെണ്ണേത് എന്നു തിരിച്ചറിയാൻ പ്രയാസം.

"ഈ കുട്ടി പേരുമാറ്റിയിരിക്കുന്നു." ഒരു പെൺശബ്ദം മൂലയിൽ എവിടേയോ നിന്ന് ഉയർന്നു. "എന്താണാവോ ഇങ്ങനെ?"

"ഡോൺട് ബോതർ" കനമുള്ള ഒരു പുരുഷശബ്ദം മുഴങ്ങി. "ഒരു മൈൽഡ് സെഡേറ്റീവ് കൊടുക്കാം."

അടുത്ത നിമിഷം ഒരു സൂചി ഇടത്തേ കൈ ഞരമ്പിലേക്ക് ഇറങ്ങുന്നത് അവൾ അറിഞ്ഞു.

അതോടൊപ്പം തന്നെ ഡോക്ടർ സുമതിയുടെ ശബ്ദവും അവൾ കേട്ടു.

"ആർ യു റെഡി?"

"യെസ് ഡോക്ടർ. ലിഗ്നോ കെയ്ൻ ടു പാർസന്റ് ഫൈവ് എം.എൽ. കൊടുക്കാം. എൽ.എ. മതി."

നേരത്തേ കേട്ട പുരുഷശബ്ദമാണ് അതു പറഞ്ഞത്. അതിന്റെയർത്ഥം അവൾക്ക് ഒട്ടും മനസ്സിലായില്ല.

ഒരു സൂചികൂടി അവളുടെ ശരീരത്തിലേക്ക് ഇറങ്ങി.

ഡോക്ടർ സുമതി അവളുടെ മുഖത്തിനു നേർക്കു മുഖം താഴ്ത്തിക്കൊണ്ടു ചോദിച്ചു.

"പേടിയുണ്ടോ?"

“ഉണ്ട് ആന്റീ.” അവൾ സത്യം പറഞ്ഞു.

“പേടിക്കേണ്ട. മിടുക്കനായ ഒരു അനസ്ത്യേഷ്യോളജിസ്റ്റാണ് കുട്ടിയെ നോക്കുന്നത്. അറിയുകയേ ഇല്ല. ഒന്നും.” സുമതി പറഞ്ഞു. “മനോജ് ഈസ് ദ ബെസ്റ്റ്.”

“എന്നെ ഉറക്കിക്കിടത്തിയിട്ടു ചെയ്തുകൂടേ?”

“അതിന്റെ ആവശ്യമില്ല.” അനസ്തേഷ്യോളജിസ്റ്റ് പറഞ്ഞു. ലോക്കൽ മതി.

അയാളുടെ കണ്ണുകൾ അവളുടെ മുഖത്തു തറച്ചുനിന്നു. ആ കണ്ണുകളെ തനിക്കു പരിചയമുള്ളതുപോലെ രാധാമണിക്കു തോന്നി.

ഏയ്. ഇല്ല. അതു മറ്റാരോ ആണ്.

“മനോജ്.. ഓ കെ?” രാധാമണിയുടെ കാൽക്കൽ ഡോക്ടർ സുമതിയുടെ ശബ്ദം ഉയർന്നു. “ഈ ടേബ്ൾ ഇത്തിരി താഴ്ത്താം.”

രാധാമണിയുടെ കാലുകൾ പൊടുന്നനെ താഴ്ന്നുപോയി. മുഖം കുനിച്ചു നിൽക്കുന്ന സുമതിയുടെ വെളുത്ത നെറ്റിയുടെ ഒരു വര ഇപ്പോഴ വൾക്കു വ്യക്തമായി കാണാം.

തന്റെ ഗർഭപാത്രം താഴേക്കു തള്ളിവരുന്നതുപോലെ രാധാമണിക്ക് അനുഭവപ്പെട്ടു.

“എന്തെങ്കിലും ഫീൽ ചെയ്യുന്നുണ്ടോ?” സുമതി മുഖമുയർത്തി ക്കൊണ്ടു ചോദിച്ചു. “എനിത്തിങ്.”

“തുടകളിൽ തരിപ്പു തോന്നുന്നു.”

“ഗുഡ്.” സുമതി പറഞ്ഞു: “നല്ല ഇൻഡിക്കേഷൻ.” സുമതി തിയേറ്റർ നഴ്സിന്റെ ഭാഗത്തേക്കു തിരിഞ്ഞു വിളിച്ചുപറഞ്ഞു; “സ്ക്കാൽപെൽ.”

റബ്ബർ കൈയുറമേൽ ആഞ്ഞുപതിക്കുന്ന എന്തോ ഒന്നിന്റെ ശബ്ദം രാധാമണി കേട്ടു.

അവളുടെ മുഖത്തിനു നേർക്കു ഡോക്ടർ മനോജിന്റെ കണ്ണുകൾ ഇറങ്ങിവന്നു. ആ കണ്ണുകളിപ്പോൾ പുഞ്ചിരിക്കുന്നതുപോലെ രാധാ മണിക്കു തോന്നി.

പൊടുന്നനെ എന്തോ ഒന്ന് അവളിലേക്കു കുത്തിയിറങ്ങി. പക്ഷേ, രാധാമണിക്ക് ഒട്ടും വേദനിച്ചില്ല.

രാധാമണി കണ്ണുകളടച്ചു.

“എടുത്തുകളഞ്ഞ കുഞ്ഞ് ആണോ പെണ്ണോ എന്നറിയണോ?” അവളുടെ ഇടത്തേ ചെവിയുടെ തൊട്ടടുത്ത് ഡോക്ടർ സുമതിയുടെ ശബ്ദം കേട്ടു.

“വേണ്ടാ.” കണ്ണുകൾ തുറക്കാതെ രാധാമണി പറഞ്ഞു

“കഴിഞ്ഞു.” സുമതി വീണ്ടും അവളുടെ ചെവിയിൽ പറഞ്ഞു.

രാധാമണി കണ്ണുകൾ തുറന്നു.

“ഞാനിപ്പോൾ അനുരാധയായി അല്ലേ ആന്റീ?”

ഡോക്ടർ സുമതി പുഞ്ചിരിച്ചു.

ഡോക്ടർ മനോജിന്റെ കണ്ണുകൾ കൗതുകത്തോടെ അവളെ നോക്കി.

വൈകുന്നേരം അനുരാധയെ ഹോസ്പിറ്റലിൽ നിന്നു ഡിസ്ചാർജു ചെയ്തു.

കൊണ്ടുപോകാൻ അർച്ചന വന്നിരുന്നു.

“സ്വതന്ത്രയായി, അല്ലേ അനൂ?” അർച്ചന കുസൃതിയോടെ ചോദിച്ചു.

“ഒരു വലിയ ഭാരം ഇറക്കിവച്ചു.” അനുരാധ പറഞ്ഞു. “മനസ്സിൽ നിന്നും ശരീരത്തിൽനിന്നും.”

റൂമിൽ ചെന്നയുടനെ അവൾ ബയോളജി നോട്ടുപുസ്തകം തുറന്നു നോക്കി. എന്നിട്ട് അമ്മയെ വിളിച്ചു.

“അമ്മേ ഈ ഫോട്ടോയിലെ ആൾ ഒരു ഡോക്ടറാണോ?”

അമ്മ ചിരിച്ചു.

“ഫോട്ടോ കണ്ടാൽ അങ്ങനെ തോന്നുമെന്നു ഞാൻ കരുതിയില്ല.”

“അയാളുടെ പേരു മനോജ് എന്നാണോ?”

“ഇതെന്താ വല്ല സിക്സ്ത് സെൻസും വർക്കുചെയ്യാൻ തുടങ്ങിയോ നിനക്ക്?”

“എനിക്കയാളെ തീരെ ഇഷ്ടപ്പെട്ടില്ല. ഒരു കോന്തൻ.”

“ചന്ദ്രികച്ചേച്ചി കാര്യമായി കൊണ്ടുവന്ന ആലോചനയാ? എന്താ ഞാൻ ചേച്ചിയോടു പറയ്വാ?”

“സോറീന്നു പറഞ്ഞോളൂ. വേണമെങ്കിൽ ഒരു കാര്യം കൂടി പറഞ്ഞോളൂ.” ഫോട്ടോ ഒന്ന് ഉയർത്തിനോക്കിയിട്ട് അനുരാധ പറഞ്ഞു: “അഞ്ചുവർഷത്തിനുള്ളിൽ ഇയാൾക്കു കഷണ്ടിവരും.”

അതിനെന്താ, വിഗ് വച്ചുകൂടേ എന്നോ മറ്റോ അമ്മ ചോദിച്ചേക്കുമെന്നു ഭയന്ന് അനുരാധ പെട്ടെന്നു ഫോൺ വച്ചു.

■

വിജയപൂർവം വിലാസിനി

അത്ര പെട്ടെന്നും വെറുതെയും അദ്ഭുതപ്പെടുന്ന ആളൊന്നുമല്ല ഞാൻ. ഈ അമ്പത്തിയാറാം വയസ്സിൽ അദ്ഭുതത്തിനൊന്നും ഒരു പ്രസക്തി യുമില്ലെന്ന് ഒരു എഴുപതുകാരന്റെ പക്വതയോടെ വിശ്വസിച്ചു കഴിയുക യായിരുന്നു ഇന്നുവരെ.

പക്ഷേ, ക്യാബിൻ ഡോർ തുറന്നു വിലാസിനി അകത്തേക്കു വന്ന പ്പോൾ ഞാനാകെ അമ്പരന്നുപോയി. ഇതുപോലെ ഒരു പ്രത്യക്ഷപ്പെടൽ ഈ വെറും വിലാസിനിയുടെ ഭാഗത്തുനിന്നുണ്ടാവുമെന്ന് ഞാൻ തീരെ പ്രതീക്ഷിച്ചതല്ല, പരിഭ്രമിച്ചതല്ല, പേടിപ്പെട്ടതുമല്ല.

രാവിലെ ഇ-മെയിൽ തുറന്നപ്പോൾ കിട്ടിയ രണ്ടു സന്ദേശങ്ങളെ ക്കുറിച്ച് ഒരല്പം വ്യാകുലപ്പെട്ടുകൊണ്ട് ഇരിക്കുകയായിരുന്നു ഞാൻ. ഒന്നു മകളുടേത്, പോണ്ടിച്ചേരിയിൽ നിന്ന്.

അച്ഛാ, ഐ ഹാവ് ടു റെമിറ്റ് മൈ ഫീസ് നെക്സ്റ്റ് വീക്ക്, സെൻഡ് മി ടെൻ തൗസന്റ്. ലവ് പാപ്പ.

മകന്റെ ഇ-മെയിൽ ഇംഗ്ലീഷ് ലിപിയിൽ മലയാളവാക്കുകളായിരുന്നു.

ഇത്തവണയും വരാൻ പറ്റുമെന്നു തോന്നുന്നില്ല. നാളെ ഖത്തറി ലേക്കു പോകുന്നു. അവിടെനിന്ന് സൗദിയിലേക്ക്. അതും കഴിഞ്ഞ് ബഹ റിനിലെത്തിയാൽ പിന്നെ പിടിപ്പതു ജോലിയാണ്. അച്ഛനും അമ്മയ്ക്കും സ്നേഹത്തോടെ ഉണ്ണി.

പോണ്ടിച്ചേരിയിലേക്ക് അയയ്ക്കാനുള്ള പതിനായിരത്തെക്കുറിച്ചോ, മകൻ ഇത്തവണ ജോലിത്തിരക്കു പറഞ്ഞു യാത്ര നീട്ടിവയ്ക്കുന്ന തിനെക്കുറിച്ചോ അല്ല ഞാൻ വ്യാകുലപ്പെട്ടത്. കത്തുകളിലെ ഔപചാ രികതയെക്കുറിച്ചാണ്. ഒരു കാലത്തു ഭവാനിക്കു പത്തും പന്ത്രണ്ടും പേജുള്ള കത്തുകളെഴുതിയതിനെക്കുറിച്ച് ഞാൻ വെറുതെ ഓർമ്മിച്ചു. പേജുകൾ കുറഞ്ഞുപോയാൽ അന്നൊക്കെ പരിഭവം പകരുമായിരുന്നു ഭവാനി.

ഇപ്പോൾ, ഇ-മെയിലിൽ, അത്യാവശ്യകാര്യങ്ങൾ മാത്രം സൂചി പ്പിക്കുന്നു. വാക്കുകളുടെ തുമ്പും വാലും മുറിച്ച്, മനസ്സിന്റേയോ ഹൃദയ ത്തിന്റേയോ വികാരങ്ങളുടേയോ ഒരു നേരിയ കളിമുത്തുപോലുമില്ലാതെ മരവിച്ച അക്ഷരജഡങ്ങളെക്കൊണ്ട്.

സെൻഡ് മി ടെൻ തൗസന്റ്. എൽ.യു.വി. പാപ്പ.

സ്നേഹത്തോടെ, ഉണ്ണി. എസ്.എൻ.ഇ.എച്ച്...

എം.ബി.ബി.എസ്. അവസാനവർഷമാണ് പാപ്പ. കത്തെഴുതാൻ അവൾക്കു നേരം കിട്ടില്ല. ആഴ്ചയിലൊരിക്കൽ ഈ ഇ-മെയിൽ സംവാദം. അല്ലെങ്കിൽ അമ്മയ്ക്ക് ഒരു ടെലഫോൺ വിളി. അമ്മയുടെ ഹെൽത്ത് എങ്ങനെ? അച്ഛനോട് ഓഫീസിൽ അധികം സ്ട്രെയിൻ ചെയ്യരുതെന്നു പറയണം. കഴിഞ്ഞു. പിന്നെ, ടെലഫോണിൽ ബീപ്, ബീപ്, ബീപ്.

കുട്ടികളെക്കുറിച്ചും ഭവാനിയെക്കുറിച്ചും ഇതൊക്കെ ആലോചിച്ചു കൊണ്ടിരുന്നപ്പോഴാണ് ക്യാബിൻഡോർ തള്ളിത്തുറന്നു വിലാസിനി അകത്തേക്കു വന്നതും ഞാൻ ഇതുവരെയുണ്ടായിട്ടില്ലാത്ത അദ്ഭുതത്തോടെ അവളെ നോക്കിയതും.

ജന്നിഫർ ലോപ്പസിന്റെ ഒരു മ്യൂസിക് ആൽബത്തിൽ നിന്ന് ഇറങ്ങി വന്നവളെപ്പോലെയോ മറ്റോ ഉണ്ടായിരുന്നു വിലാസിനി. മുട്ടിനു മുകളിൽ വെച്ചു മുറിച്ച, ഇറുകിക്കിടക്കുന്ന ജീൻസ്. ജീൻസ് നരച്ചത്. മാറിലെ സിലിക്കോൺ മുഴകളെ (അല്ലാതെ പിന്നെ?) പെരുപ്പിച്ചുകാണിക്കുന്ന ടീഷർട്ട്, ടീഷർട്ടിൽ ക്രഷ് മി എന്ന അലങ്കാരചിഹ്നം, വിലങ്ങനെ. കാതിൽ ചുമൽ വരെയെത്തുന്ന വലിയ വളയങ്ങൾ. ചുണ്ടിൽ കടും തവിട്ടുനിറമുള്ള ലിപ്സ്റ്റിക്ക്. കഴുത്തിൽ ഒരു കുരിശുമാല. കുരിശുമാല മാറിന്റെ താഴ്വാരങ്ങളിലേക്ക് ഇറങ്ങിക്കിടക്കുന്നു. കർത്താവിന്റെ ക്രൂശിതരൂപം ദുഃഖത്തോടെയും കരുണയോടെയും എന്നെ നോക്കുന്നു.

"കൺഗ്രാജുലേഷൻസ്, ശങ്കർ."

വന്നപാടെ, എനിക്കെതിരെയുള്ള കസേരയിൽ ഇരുന്നുകൊണ്ട് വിലാസിനി പറഞ്ഞു.

അത് എന്റെ രണ്ടാമത്തെ അമ്പരപ്പ്.

ഇന്ന് അമ്പരപ്പുകളുടെ ദിവസമാണെന്നും ഇനിയൊരിക്കലും അമ്പരക്കില്ല എന്നു വീമ്പു പറഞ്ഞതു വെറുംവാക്കായെന്നും ഞാൻ ആലോചിച്ചു.

മംഗലാപുരത്തെ ചികിത്സ കഴിഞ്ഞ് ബാംഗ്ലൂരിലെ ട്രെയിനിങ്ങിനു പോകുന്നതിനുമുൻപുവരെ വിലാസിനി എന്റെ മുന്നിൽ ഇരിക്കാറുണ്ടായിരുന്നില്ല. ഇത്തരം വസ്ത്രങ്ങൾ ധരിക്കാറുണ്ടായിരുന്നില്ല. എന്നെ പേരെടുത്തു വിളിക്കാറുമുണ്ടായിരുന്നില്ല.

രണ്ടാഴ്ചത്തെ ട്രെയിനിങ് ഒരു ചെറുപ്പക്കാരിയിൽ വരുത്തുന്ന അവിചാരിതമായ മാറ്റങ്ങളെന്നു ഞാൻ എന്നോടുതന്നെ തത്ത പറയുമ്പോലെ പറഞ്ഞു.

"താങ്ക്സ്."

അഭിനന്ദനത്തിനു നന്ദി പറയാൻ ഞാൻ ഒരുനിമിഷം താമസിച്ചുവെന്നു മനസ്സിലാക്കിയ വിലാസിനി വെളുക്കെ ഒന്നു ചിരിച്ചു. എന്നിട്ടു പറഞ്ഞു.

"പെൺകുട്ടികളെ ഇങ്ങനെ തുറിച്ചുനോക്കരുത്. ഇറ്റ് ഈസ് ബാഡ് മാനേഴ്സ്."

ഞാനെന്റെ കണ്ണുകളെ അല്പമുയർത്തി മുകളിൽ തിരിയുന്ന ഫാനിനു നേർക്കു തിരിച്ചു. എന്നിട്ടു ചോദിച്ചു.

"ട്രെയിനിങ്ങൊാക്കെ എങ്ങനെയായിരുന്നു?"

"ഫിൽത്തി", വിലാസിനി പുച്ഛത്തോടെ പറഞ്ഞു. "എന്തു ബോറു ട്രെയിനിങ്ങാ നിങ്ങളുടെ ഈ കമ്പനി കൊടുക്കുന്നത്? ഇങ്ങനെയാണോ പബ്ലിക് റിലേഷൻ പഠിപ്പിക്കുക? പെണ്ണുങ്ങൾക്കും ആണുങ്ങൾക്കു വെവ്വേറെ ഹോസ്റ്റലുകൾ. ആണുങ്ങൾക്ക് അടിപൊളി റൂമുകൾ. പെണ്ണുങ്ങൾക്ക് പന്ന മുറികൾ. എന്താ, രണ്ടുപേരെയും ഒരേ ബിൽഡിങ്ങിൽ താമസിപ്പിച്ചാൽ. അവർ നേരിൽ കാണുമ്പോൾ പരസ്പരം കടിച്ചു കീറുമോ?

ഈ വേഷത്തിലാണ് ചില പെൺകുട്ടികൾ നടക്കുന്നതെങ്കിൽ, മനസ്സിലെങ്കിലും ചില വെറിയൻ ചെറുപ്പക്കാർ അവരെ കടിച്ചു കീറി യേക്കും എന്നു ഞാൻ ഭയപ്പെട്ടതു പുറത്തുപറഞ്ഞില്ല. ഈ വിലാസിനി വേറെ വിലാസിനിയാണ്. ഇവളോട് സൂക്ഷിച്ചേ സംസാരിക്കാനാവൂ. ഞാൻ എന്നെത്തന്നെ ശാസിച്ചു.

"പിന്നെ, ശങ്കർ", കസേരയിൽ ഒന്ന് നേരെയിരുന്ന്, ഇടതു തുടയി ലേക്കു വലതുതുട കയറ്റിവെച്ചുകൊണ്ട് വിലാസിനി പറയാൻ തുടങ്ങി: "നിങ്ങൾക്കു പ്രമോഷൻ കിട്ടിയപ്പോൾ ഒരഭിനന്ദനം പറയാൻ ആരെ ങ്കിലും വന്നുവോ? വന്നില്ലല്ലോ, വന്നത് ഈ വിലാസിനി മാത്രം. ലുക്ക് ഹിയർ. ഈ വിലാസിനി മാത്രം. മറ്റൊരു ഓഫറും കൊണ്ടാണ് ഞാനി പ്പോൾ വന്നിട്ടുള്ളത്. നിങ്ങൾക്ക് ഏറെ ഗുണകരമായ ഓഫർ."

(ഭാഗ്യം! നിങ്ങൾക്ക് എന്നാണ്. നിനക്ക് എന്നല്ല. ഞാൻ മനസ്സിൽ ഉരുവിടുന്നു. കരചരണകൃതം വാ കായജം വാ ശ്രവണ നയനജം വാ മാനസം വാപരാധം...)

ഇപ്പോൾ കീറിപ്പോയേക്കും എന്ന അവസ്ഥയിൽ വലിഞ്ഞു നിൽക്കുന്ന ജീൻസിലേക്കു നോക്കാൻ എനിക്കു ധൈര്യമുണ്ടായില്ല. അതൊരു ചീത്ത സ്വഭാവമാണെന്നു വ്യാഖ്യാനിച്ച് വിലാസിനി വഴക്കു പറയുമെന്നു ഞാൻ ഭയപ്പെട്ടു.

"അതായത്..." മേൽചുണ്ടും കീഴ്ചുണ്ടും കൂട്ടിയമർത്തിയിട്ടു ലിപ്സ്റ്റിക്കിന്റെ വരൾച്ച കളയാൻ ശ്രമിച്ചുകൊണ്ട് വിലാസിനി തുടർന്നു: യു കാൻ ടെയ്ക്ക് മി ഏസ് യുവർ സെക്രട്ടറി. ഈഫ് യു വാണ്ട്.

പെട്ടെന്ന്, അമ്മയെത്തിരയുന്ന കുട്ടിയെപ്പോലെ ആറു വർഷങ്ങൾക്കു പിന്നിലേക്ക് എന്റെ മനസ്സ് ഓടിപ്പോയി.

ടൈപ്പിസ്റ്റുകളുടെ ഇന്റർവ്യൂബോർഡിൽ മൂന്നുപേരാണ്. ജനറൽ മാനേജർ, ഡെപ്യൂട്ടി ജനറൽ മാനേജർ, ഞാൻ.

വെളുത്തുമെലിഞ്ഞ്, ഇളംമഞ്ഞ വോയ്ൽ സാരി ചുറ്റിയ ഒരു പെൺ കുട്ടി ഇന്റർവ്യൂവിനു വന്നിരുന്നു. അവളുടെ കൈയിലെ സർട്ടിഫിക്കറ്റുകൾ

വിറയ്ക്കുന്നുണ്ടായിരുന്നു. അവളുടെ കവിളിൽ ചുണ്ടോരത്തായി ഒരു വെളുത്ത പാടും ഉണ്ടായിരുന്നു. വിറ്റാമിൻ കുറവുകൊണ്ടോ മറ്റോ ഉണ്ടാകുന്നതുപോലെയുള്ള പാട്.

ചോദ്യങ്ങൾക്കൊക്കെ, അല്പം ഇടറുന്ന ശബ്ദത്തിലാണെങ്കിലും വ്യക്തമായ ഉത്തരങ്ങൾ അവൾ നൽകിയിരുന്നു. അടക്കവും ഒതുക്കവും വിനയവുമുള്ള ഒരു പെൺകുട്ടി എന്നു ഞാൻ അന്നു മനസ്സിൽ പറയുകയും ചെയ്തു. ഏതൊരാഫീസിനും ആഢ്യത്വമുള്ള അലങ്കാരമാവും ഇവൾ. ജനറൽ മാനേജരും ഡെപ്യൂട്ടി ജനറൽ മാനേജരും എന്റെ അഭിപ്രായത്തോടു യോജിക്കുകയും ചെയ്തു.

ഇന്റർവ്യൂ കഴിഞ്ഞു ഞാൻ പുറത്തേക്കുവന്നപ്പോൾ, ആ പെൺകുട്ടി ആരെയോ കാത്തിട്ടെന്നപോലെ റിസപ്ഷൻ ഏരിയയിൽത്തന്നെ നിൽക്കുന്നുണ്ടായിരുന്നു.

"വിലാസിനി പോയില്ലേ?" ആറു വർഷം മുൻപത്തെ വിസ്മയത്തോടെ ഞാൻ ചോദിച്ചു.

നിലത്തുവിരിച്ച ചിത്രപ്പണികളുള്ള കാർപ്പെറ്റിലേക്കു നോക്കിക്കൊണ്ടു നിൽക്കുകയായിരുന്ന അവൾ പൊടുന്നനെ മുഖമുയർത്തി. ആ കണ്ണുകളിൽ നേർത്ത നനവും ഞാൻ കണ്ടു.

"ഈ ജോലി എനിക്കൊരു മസ്റ്റാണ് സാർ." വിറയ്ക്കുന്ന ശബ്ദത്തിൽ അവൾ പറഞ്ഞു. "വളരെ കഷ്ടത്തിലാണ് ഞങ്ങൾ. അമ്മ സുഖമില്ലാതെ കിടക്കുന്നു. അച്ഛൻ മദ്യപിച്ചു ലക്കുകെട്ടു നാടുതെണ്ടി നടക്കുന്നു. രണ്ടനുജന്മാരെ പഠിപ്പിക്കണം."

ഞാൻ വിലാസിനിയെ ആപാദചൂഡം നോക്കിക്കൊണ്ട് അല്പനേരം നിന്നു. എന്നിട്ട് എല്ലാവരോടും പറയാറുള്ളതുപോലെ പറഞ്ഞു:

"ഇതൊന്നുമല്ല ഒരു ജോലിക്കു വേണ്ട അടിസ്ഥാനയോഗ്യതകളെന്നു വിലാസിനിക്ക് അറിയാമല്ലോ?"

"അറിയാം, സാർ. എന്നാലും എന്റെ കഷ്ടപ്പാടുകൊണ്ടു പറയുകയാണ്." പിന്നെ എന്റെ സഹതാപമുറപ്പിക്കാനെന്നപോലെ "ഞാൻ ഭവാനിടീച്ചറുടെ സ്റ്റുഡന്റായിരുന്നു, എം.എ.യ്ക്ക്."

ഭവാനി പറഞ്ഞാൽ ഞാൻ അനുസരിക്കാൻ ബാദ്ധ്യസ്ഥനാണ് എന്ന ഒരു ധ്വനി ആ പ്രസ്താവനയിൽ ഉണ്ടായിരുന്നുവെന്ന് ഞാൻ സംശയിച്ചു.

സംശയിച്ചതുപോലെ സംഭവിക്കുകയും ചെയ്തു.

വിലാസിനിക്കുവേണ്ടി ഭവാനിയുടെ ശക്തമായ ശുപാർശ വന്നു. "നമ്മുടെ മോളെപ്പോലെ കരുതി ചെയ്തൂടേ, നിങ്ങൾക്കിത്?" ഭവാനി ചോദിച്ചു.

വിലാസിനിയെ ജോലിക്കെടുക്കുന്നതിൽ എനിക്കു പ്രത്യേകിച്ചു സ്വാധീനമൊന്നും ചെലുത്തേണ്ടിവന്നില്ല. ഇന്റർവ്യൂബോർഡിലെ എല്ലാവരും അതിന് അനുകൂലമായിരുന്നു.

"എന്താ ഒന്നും മിണ്ടാത്തത്?" ആറു വർഷങ്ങൾക്കുശേഷം, ഇടത്തേ തുടയിലെ വലത്തേ തുട ഇളക്കിമാറ്റി, കാലുകളല്പം പരത്തിവെച്ചു

കൊണ്ട് വിലാസിനി പറഞ്ഞു: "ഞാൻ ജി.എം.നോടു പറഞ്ഞിട്ടുണ്ട്. ആക്ച്വലി ഹീ വാസ് ആൾ ഫോറിറ്റ്. ശങ്കറിന് ഒരു നല്ല സെക്രട്ടറിയില്ല, അതിന്റെ ദോഷം ഇവിടെ പ്രകടമാണ് എന്നു ജി.എം. എന്നോടു പറയുകയും ചെയ്തു."

"പക്ഷേ, എനിക്ക് ലീലാമ്മ മാത്യുവുണ്ടല്ലോ വിലാസിനീ."

"ആ കിഴവിയെ ഇനിയും പറഞ്ഞയയ്ക്കാറായില്ലേ ശങ്കറേ? വല്ല ആർക്കൈവ്സിലും ഇരുത്താനല്ലേ അതിനെ കൊള്ളൂ."

ഞാൻ എന്തെങ്കിലും പറയുന്നതിനു മുൻപു പോണ്ടിച്ചേരിയിൽ നിന്നു മകളുടെ മെസ്സേജ് വീണ്ടും വന്നു.

അച്ഛാ. ദ ലാസ്റ്റ് ഡേറ്റ് ഫോർ ഫീസ് ഈസ് ടെൻത്ത്. ഡോൺട് ഫോർഗെറ്റ്. ലവ്, പാപ്പ.

ഇ-മെയിൽ മെസ്സേജു വായിക്കാൻ വേണ്ടി വിലാസിനി എഴുന്നേറ്റു മേശപ്പുറത്തേക്കു കുനിഞ്ഞു. അവളുടെ മാറിടത്തിന്റെ കൃത്രിമഭാരം (അല്ലാതെ പിന്നെ!) എന്റെ മേശപ്പുറത്തിരിക്കുന്ന ഫയലുകളിൽ അമർന്നു. ആ ഭാരത്തെ നോക്കുന്നതിൽനിന്ന് എന്റെ കണ്ണുകളെ പിന്തിരിപ്പിക്കാൻ ഒട്ടൊന്നുമല്ല ഞാൻ ശ്രമപ്പെട്ടത്.

"കുട്ടികൾക്കു പണമൊന്നും അയച്ചുകൊടുക്കുന്നില്ല, അല്ലേ?" ഒന്നു നിവർന്നുനിന്നുകൊണ്ട് വിലാസിനി ചോദിച്ചു: "കണ്ടില്ലേ ലീലാമ്മ മാത്യുവിന്റെ നെഗ്ളിജെൻസ്... ഞാനായിരുന്നു ശങ്കറിന്റെ സെക്രട്ടറിയെങ്കില് പാപ്പയ്ക്ക് ഒരിക്കലും ഇങ്ങനെ വെപ്രാളപ്പെട്ട് ഇ-മെയിൽ അയയ്ക്കേണ്ടി വരുമായിരുന്നില്ല."

ലീലാമ്മ മാത്യു എന്റെ വീട്ടുകാര്യങ്ങളല്ല, ഓഫീസുകാര്യങ്ങളാണ് നോക്കുന്നതെന്ന് എനിക്കു പറയണമെന്നുണ്ടായിരുന്നു. പക്ഷേ, വിലാസിനിയുടെ കറുത്ത കണ്ണുകളിലേക്കും തിളങ്ങുന്ന കാതിൽ വളയങ്ങളിലേക്കും പിന്നെ കഴുത്തിലെ കുരിശുമാലയിലേക്കും നോക്കിയിട്ടു ഞാനതു വേണ്ടെന്നു വെച്ചു.

പൊടുന്നനെ തിരിഞ്ഞുനടക്കാൻ തുടങ്ങിക്കൊണ്ട് വിലാസിനി പറഞ്ഞു:

"ആലോചിക്കാൻ ശങ്കറിനു കുറച്ചു സമയം ഞാൻ തരാം. അതെന്റെ കടമയാണല്ലോ. കടപ്പാടും. നാലുദിവസം. അതിനുള്ളിൽ ശങ്കർ ഒരു തീരുമാനമെടുത്തില്ലെങ്കിൽ ഞാൻ ജി.എം.ന്റെ സെക്രട്ടറിയാവും."

ക്യാബിൻഡോറിനടുത്തേക്ക്, ഏതോ ഫാഷൻ മോഡലിനെപ്പോലെ പാദങ്ങൾ നേർവരയിൽ വെച്ചുകൊണ്ട് നടന്നുപോകുന്ന അവളെ വിസ്തരിച്ചൊന്നു നോക്കുകതന്നെ ചെയ്തു ഞാൻ. ഈ നോട്ടം ഏതായാലും അവൾ കാണുകയോ എന്നെ ഭയപ്പെടുത്തുകയോ ഇല്ലല്ലോ എന്ന ധൈര്യത്തിൽ.

വിലാസിനി പിറ്റേന്നും അതിന്റെ പിറ്റേന്നും പിന്നെയും വന്നു; മഡോണയുടെയും സ്പൈസ് ഗേൾസിന്റെയും ഫാഷൻ ടി.വിയിലെ മോഡലുകളെയും ഓർമ്മിപ്പിച്ചുകൊണ്ട്.

അപ്പോഴൊക്കെ ചില വർഷങ്ങൾക്കപ്പുറത്തെ മൂന്നു വ്യത്യസ്ത സംഭവങ്ങൾ ഞാൻ ഓർത്തു.

വിലാസിനിയുടെ അച്ഛനെ ഒരു കഞ്ചാവുകേസിൽ ഒരിക്കൽ പൊലീസ് അറസ്റ്റു ചെയ്തപ്പോൾ വീട്ടിൽ വന്നു ഭവാനിയോടു സങ്കടം പറഞ്ഞത്.

അമ്മയെ മെഡിക്കൽ കോളേജിൽനിന്ന് ഒരു സ്വകാര്യ ആശുപത്രിയിലേക്കു മാറ്റാൻ എന്നോട് അയ്യായിരം രൂപ കടം ചോദിക്കാൻ വന്നത്.

കവിളിലെ വെളുത്ത പാട് കൈപ്പത്തിയിലും കണ്ടു തുടങ്ങിയപ്പോൾ എന്റെ ക്യാബിനിൽ വന്നു പൊട്ടിക്കരഞ്ഞത്.

അച്ഛനെ കഞ്ചാവുകേസിൽ നിന്നു രക്ഷിക്കാൻ ഞാൻ വിചാരിച്ചാൽ ഒരു രക്ഷയും ഇല്ലായിരുന്നു. തൊണ്ടിസഹിതമാണ് അയാളെ അവർ പിടിച്ചിരുന്നത്.

അമ്മയെ എന്തിനാണ് ഇത്രയും വലിയ ഒരു ആശുപത്രിയിലേക്കു മാറ്റുന്നത് എന്നു ഞാൻ ചോദിച്ചപ്പോൾ അവൾ എന്നോടു കയർത്തു സംസാരിച്ചുവെങ്കിലും അവൾക്ക് ഞാൻ അന്ന് അയ്യായിരം രൂപ കൊടുത്തു. ഉണ്ണിയുടെ ഡ്രാഫ്റ്റു വന്നിട്ട് രണ്ടു ദിവസമേ ആയിരുന്നുള്ളൂ എന്നതുകൊണ്ട് എനിക്കു പണത്തിനു വലിയ പ്രയാസമൊന്നും ഇല്ലായിരുന്നു.

മംഗലാപുരത്ത് ഒരു ഹോമിയോ ഡോക്ടർ ഉണ്ടെന്നും ലൂക്കോഡെർമയ്ക്ക് അയാളുടെ ചികിത്സ വളരെ ഫലപ്രദമാണെന്നും ഞാൻ പറഞ്ഞപ്പോൾ വിലാസിനി ഒരു ജന്മം കിട്ടിയ ആശ്വാസത്തോടെ എന്നോടു പറഞ്ഞു.

“സാറും കൂടി വരണം. എന്റെ കൂടെ... എനിക്ക് ഒരു സമാധാനത്തിന്.” രണ്ടു കൈപ്പത്തികളിലേയും വെള്ളപ്പാടുകളിലേക്ക് നോക്കിക്കൊണ്ട് വിലാസിനി കരഞ്ഞു: “ആത്മഹത്യയല്ലാതെ മറ്റൊരു മാർഗ്ഗവും ഇല്ല സാർ. എനിക്കാരൂല്യാ... പ്ലീസ് സാർ, പ്ലീസ്.”

മംഗലാപുരത്തേക്കു ഞാൻ കൂടെ പോയി. ടൈപ്പിസ്റ്റിന്റെ കൂടെ തനിച്ചു യാത്ര ചെയ്തു എന്ന പഴി ഒഴിവാക്കാൻ വേണ്ടി ഭവാനിയേയും കൂട്ടി ഞാൻ. കടുത്ത ശ്വാസംമുട്ടൽ ഉണ്ടായിട്ടും ഭവാനി എന്റെ കൂടെ വന്നു. അവൾ പക്ഷേ, പറഞ്ഞത് ഒരു കുത്തുവാക്കാണ്.

“ആ കൊച്ചിനെ നിങ്ങളുടെ കൂടെ തനിച്ചു പറഞ്ഞയയ്ക്കാൻ ധൈര്യമില്ല എനിക്ക്.”

ഞാൻ ചിരിച്ചു.

“എന്താ, ഞാനവളെ ബലാൽസംഗം ചെയ്യുമെന്നു കരുതീട്ടാണോ?”

“അതെ.” ശാന്തതയോടെ ഭവാനി പറഞ്ഞു: “അമ്പതു വയസ്സു കഴിഞ്ഞ ആണുങ്ങളെ വിശ്വസിക്കാൻ പറ്റില്ലെന്ന് എല്ലാ പുസ്തകങ്ങളിലും പറയുന്നുണ്ട്.”

എനിക്കു ദേഷ്യം വന്നു.

“ഭവാനീ, എന്നെപ്പറ്റി എന്തും പറയാൻ നിനക്ക് അധികാരമുണ്ട്. ഞാൻ നിന്റെ ഭർത്താവായതുകൊണ്ടും എന്റെ രണ്ടു കുട്ടികളെ നീ

പ്രസവിച്ചിട്ടുള്ളതുകൊണ്ടും. പക്ഷേ, ഈ ഭൂമിയിലുള്ള സകല പുരുഷന്മാരെക്കുറിച്ചും ഇതു പറയാൻ നിനക്ക് ഒരർഹതയും ഇല്ല."

"ഞാനെന്തേ പറഞ്ഞത്?" കുനുഷ്ടുബുദ്ധിയായ ഒരു നാട്ടിൻപുറത്തുകാരിയെപ്പോലെ ഭവാനി നിഷ്കളങ്കതയോടെ ചോദിച്ചു: "പുസ്തകങ്ങളല്ലേ പറഞ്ഞത്? ഹല്ലാതെ ഞാനാണോ?"

നാലാമത്തെ തവണ, ഞാൻ മുൻപ് എപ്പോഴോ കണ്ടുമറന്ന, ഗർഭനിരോധന ഉറയുടെ പരസ്യത്തിലെ മോഡലിനെ അനുസ്മരിപ്പിച്ചുകൊണ്ടു വിലാസിനി വന്നപ്പോൾ എനിക്കു വിനയപൂർവം പറയേണ്ടിവന്നു.

"നോക്കൂ, വിലാസിനീ മാഡം. ഇങ്ങനെ അരോചകമായി വസ്ത്രധാരണം ചെയ്തുവരുന്നവരെ എന്റെ സെക്രട്ടറിയാക്കാൻ സാദ്ധ്യമല്ല. മാത്രവുമല്ല, ഇത്തരം വേഷങ്ങൾ ഈ കമ്പനിക്കു യോജിച്ചതാണോ എന്നു സംശയവുമുണ്ട് എനിക്ക്. മോശമാണിത്."

മ്യൂസിക്കൽ ആൽബത്തിൽ കാണുന്നതുപോലെ, നിന്ന നില്പിൽ ഒന്നു ചാടി, വിലാസിനി. എന്നിട്ടു പറഞ്ഞു: "ആരു പറഞ്ഞു ഞാൻ തന്റെ സെക്രട്ടറിയാവാൻ പോകുന്നൂന്ന്? ജി.എം. എന്നെ എടുത്തു കഴിഞ്ഞു. പിന്നെ..." ഒന്നു നിർത്തിയിട്ട് ഒരു വട്ടംകൂടി ചാടി വിലാസിനി. "എന്നെ, ഈ കമ്പനീന്ന് പറഞ്ഞയയ്ക്കാൻ തന്റെ മുത്തച്ഛൻ വിചാരിച്ചാലും കഴിയില്ല. മനസ്സിലായോ? സ്റ്റുപിഡ്?"

വിലാസിനി ചവിട്ടിക്കുതിച്ചുകൊണ്ടു ക്യാബിനു പുറത്തേക്കു പോയി.

എന്റെ കണ്ണുകൾ പതുക്കെ നിറയാൻ തുടങ്ങി.

ഛെ! എന്താണിങ്ങനെ! വിഡ്ഢിത്തം! കണ്ണുകൾ ഒപ്പിക്കൊണ്ടു ഞാൻ എന്നെത്തന്നെ ശാസിച്ചു.

പിന്നെയും നാലു ദിവസങ്ങൾകൂടി കഴിഞ്ഞാണ് ജനറൽ മാനേജരുടെ ഒരു ഓഫീസ് ഓർഡർ എനിക്കു കിട്ടിയത്. വിലാസിനി എന്ന സീനിയർ ടൈപ്പിസ്റ്റ് കം സെക്രട്ടറിയെ ലൈംഗികമായി പീഡിപ്പിച്ചതിന്റെ പേരിൽ എന്നെ അന്വേഷണവിധേയമായി സസ്പെൻഡ് ചെയ്തുകൊണ്ടായിരുന്നു ഓർഡർ.

ഈ ഉത്തരവ് കാണുമ്പോഴോ അറിയുമ്പോഴോ ഭവാനിയുടെ പ്രതികരണം എന്താവും എന്നു ഭയപ്പെട്ടുകൊണ്ട് ഞാൻ കസേരയിൽ നിന്ന് എഴുന്നേൽക്കാൻ തുടങ്ങുകയായിരുന്നു. അപ്പോഴാണ് ബഹറിനിൽ നിന്നു മകന്റെ ഇ-മെയിൽ വന്നത്.

സൗദിയാത്ര ഞാൻ ക്യാൻസൽ ചെയ്തു. അച്ഛാ, നാട്ടിലേക്കു വരുന്നു. പോണ്ടിച്ചേരിയിൽ ചെന്നു വീക്കെൻഡിനു പാപ്പയേയും കൂട്ടാം നാട്ടിലേക്ക്. ശനിയാഴ്ച അച്ഛൻ ലീവെടുക്കൂ. രണ്ടു ദിവസം എല്ലാവർക്കും വീട്ടിൽ ഉല്ലാസമായി കഴിയാം.

എൽ.യു.വി. ഉണ്ണി. ■

പരുന്ത്

വരാന്തയുടെ ഇളം ഇരുട്ടിൽ പൊന്നിന്റെ നിറമുള്ള ബട്ടൺ തിളങ്ങി.

അയാൾക്ക് അപ്പോഴും വല്ലാത്ത ഉറക്കം വരുന്നുണ്ടായിരുന്നു. മൂന്നു മണിക്കൂറിന്റെ ഉച്ചയുറക്കത്തിനു ശേഷവും മയക്കം കനം തൂങ്ങിക്കിടന്നു. അതുകൊണ്ടുതന്നെ കൈയിലെ പൊതിക്കു പിന്നെയും ഭാരം നിറഞ്ഞു.

ഉച്ചയ്ക്ക്, പക്ഷേ ഉറങ്ങുകയായിരുന്നില്ലല്ലോ എന്ന് അപ്പോൾ ഓർത്തു. രാധയേയും കുറെ കടുംവർണ്ണങ്ങളെയും സ്വപ്നം കാണുകയായിരുന്നു.

ഫ്ളാറ്റിന്റെ വരാന്തയിൽ കച്ചറപ്പാത്രത്തിന്റെ ദുർഗ്ഗന്ധവും ചുമരിന്റെ ചൂടും ഇഴഞ്ഞുനടന്നു. ആറു മണി കഴിഞ്ഞിട്ടും ചൂടിന്റെ മദം കുറഞ്ഞിട്ടില്ല.

കാളിങ്ബെൽ ബട്ടണിൽ ഒന്നുകൂടി വിരലമർത്തി.

അരുന്ധതിയാണ് വാതിൽ തുറന്നത്. കുളിക്കാൻ പോകാനുള്ള ഒരുക്കമായിരുന്നു. ഉയർത്തിക്കെട്ടിയ മുടിയിൽ എണ്ണ മിനുങ്ങി. ചുമലിൽ സാരിപ്പുറത്തു ചുറ്റി വിതർത്തിയിട്ട തോർത്ത്. കാതിലെ ചുവന്ന കല്ലു വെച്ച കമ്മലിൽ ഒരു തുള്ളി എണ്ണ തിളങ്ങിനിന്നു.

കൈപ്പടങ്ങൾ കൂട്ടിത്തിരുമ്മി. പിന്നെ, മുഖം അമർത്തിത്തുടച്ചിട്ട് അരുന്ധതി പറഞ്ഞു: "ആ, ഉണ്ണി വരൂ. വരൂ, ഞാൻ കുളിക്കാൻ പോവായിരുന്നു."

"ഞാൻ വളരെ നേരത്തെയായോ?"

"നോ. നോ. ഉണ്ണി അങ്ങനെ ഗസ്റ്റാണെന്നൊന്നും ഞങ്ങൾ കണക്കാക്കീട്ടില്ല. അതുകൊണ്ടല്ലേ നേരത്തെ വരാൻ പറഞ്ഞത്. വരൂന്നേ. അകത്തേക്കു വരൂ."

മുറിയിൽ തണുപ്പും മുമ്പറിഞ്ഞിട്ടില്ലാത്ത സുഗന്ധവും ദീർഘശ്വാസം പൊഴിച്ചുനിന്നു.

സ്വീകരണമുറിയിലെ വലിയ, പതുപതുത്ത സോഫയിൽ ഉണ്ണി കൃഷ്ണൻ ഇരുന്നു. കൈയിലെ പൊതി ടീപ്പോയിന്മേൽ വെച്ചു. വാതിൽ

കർട്ടനിലെ അലുക്കുകൾ പിടിച്ചു കുലുക്കി ശബ്ദമുണ്ടാക്കിക്കൊണ്ട് അരുന്ധതി ചുമരും ചാരി നിന്നു.

"യു ആർ കമിംഗ് ഹേയ്യർ ഫോർ ദ ഫസ്റ്റ് ടൈം. അല്ലേ ഉണ്ണീ."

"ഉം."

"എത്ര കാലമായി ഞാൻ വിളിക്കാൻ തുടങ്ങിയിട്ട്."

"രണ്ടുമാസമായി" ഉച്ചക്കിനാവിന്റെ സ്വരത്തിൽ അയാൾ പറഞ്ഞു. പിന്നെ മനസ്സിൽ തുടർന്നു: നിങ്ങളെ പരിചയപ്പെട്ടിട്ട് രണ്ടു മാസമാകുന്നതേയുള്ളൂ.

ക്ലബ്ബിൽ വെച്ചു രാമചന്ദ്രനാണല്ലോ പരിചയപ്പെടുത്തിയത്. പിന്നെ, പഴയ ബന്ധങ്ങൾ ഓർമ്മിപ്പിച്ചതും.

അതൊക്കെ ഉറക്കത്തിൽ പെട്ടുപോയതാണെങ്കിലും അയാൾ മറന്നില്ല.

"എന്താ ഉണ്ണിക്ക് ഒരു ക്ഷീണംപോലെ. ഇവിടത്തെ കാലാവസ്ഥ പിടിച്ചിട്ടില്ലാന്നു തോന്നുന്നു."

"ഇല്ല, ക്ഷീണമൊന്നും ഇല്ല."

അരുന്ധതിയെ പറഞ്ഞു മനസ്സിലാക്കാനുള്ള വാക്കുകളൊന്നും അയാളുടെ നാവിൻചുവട്ടിലില്ല. ഇവിടെ വന്നതുതന്നെ ക്ഷീണമാണ്. തുളസിയുടെ മണം വിതറുന്ന ഈറൻകാറ്റ് കളഞ്ഞ് ഏതോ പെർഫ്യൂമിന്റെ വരണ്ട ഗന്ധം ഉതിരുന്ന ഈ മുറിയിൽ ഇരിക്കുന്നതുതന്നെ എത്രയോ വലിയ ക്ഷീണമാണ്.

"ആദ്യം കുറച്ചു ബുദ്ധിമുട്ടുണ്ടാവും. പിന്നെ ശരിയായിക്കൊള്ളും."

"അതെ. അതെ." ഉച്ചസ്വപ്നം പിന്നെയും അയാളെ തഴുകി. "ഗോകുലനോ?"

"ഡ്രസ്സു ചെയ്യുന്നു. ഉണ്ണിക്കു കുടിക്കാൻ എന്താ വേണ്ടത്. ചായയോ തണുത്തതോ?" അരുന്ധതി ഒന്നു നിർത്തി. എന്നിട്ടു ചിരിച്ചുകൊണ്ടു തുടർന്നു: "അതോ-"

"വേണ്ട. വേണ്ട. ഒന്നും വേണ്ട. ഞാൻ ചായ കുടിച്ചിട്ട് ഇറങ്ങിയതേയുള്ളൂ."

"ആ്. ഇതാ അദ്ദേഹം വരുന്നു." അരുന്ധതി പറഞ്ഞു. "ജസ്റ്റ് ഫൈവ് മിനുട്ട്സ് ഞാനൊന്നു പെട്ടെന്നു കുളിച്ചിട്ടു വരാം."

കർട്ടന്റെ പൊന്നലുക്കുകൾക്കിടയിൽ, കടും തവിട്ടുനിറത്തിലുള്ള സൂട്ടു ധരിച്ച് ഗോകുലൻ, ചെറിയ ഊശാൻ താടി ഇപ്പോൾ ഡൈ ചെയ്തിട്ടേ ഉള്ളു എന്നു തോന്നി.

"ഹലോ ഉണ്ണീ," സോഫയിൽ അമർന്നിരുന്നുകൊണ്ട് ഗോകുലൻ പറഞ്ഞു: "തനിക്ക് ഇന്നെങ്കിലും ഇങ്ങോട്ടൊന്നു വരാൻ തോന്നിയല്ലോ."

“സമയമില്ലാഞ്ഞിട്ടല്ലേ ഗോകുലൻ?”

“സമയം. സമയം. താനെന്താ ഈ നാടു നന്നാക്കി പൊയ്ക്കളയാം എന്ന വിചാരത്തിലോ മറ്റോ ആണോ ഇങ്ങോട്ടു വന്നത്?” കൈയുയർത്തി പുരികം വളച്ചുകൊണ്ട് ഗോകുലൻ പറയാൻ തുടങ്ങി.

മറുപടി അറിയാത്തതുകൊണ്ട് അയാൾ മൗനം നിവർത്തി ഇരുന്നു. പിന്നെ, പതുക്കെ ചോദിച്ചു:

“വിനു എവിടെ?”

“ഉറങ്ങുന്നു.” പെട്ടെന്ന് എന്തോ ഓർത്തിട്ടെന്നപോലെ എഴുന്നേറ്റു കൊണ്ട്– “അവനെ ഉണർത്തട്ടെ. ആളുകളൊക്കെ വരാറായി.”

തനിച്ചായപ്പോൾ അയാൾ പിന്നെയും സ്വപ്നം കാണാൻ തുടങ്ങി. നീല മലകൾക്കു മുകളിൽ ചിറകും പരത്തി മൗനം നിൽക്കുന്ന കറുത്ത ആകാശങ്ങളെക്കുറിച്ച്. ചരൽക്കുന്നുകളുടെ താഴ്‌വരയിൽ പോക്കു വെയിൽ കൊള്ളാനിറങ്ങുന്ന ഇളം തണുപ്പാർന്ന കാറ്റിനെക്കുറിച്ച്. പിന്നെ, വെറുതെ, കദംബമാലകളെക്കുറിച്ച്. രാധയുടെ നീണ്ടു നേർത്ത നഖം ചുവപ്പിച്ച വിരലുകളെക്കുറിച്ച്.

ഞങ്ങളുടെ കാല്ക്കീഴിലെ പതുത്ത കാർപ്പെറ്റിൽ കടുംവർണ്ണചിത്ര ങ്ങൾ മയങ്ങി. രാജാവും തേരും കുതിരയും ഒട്ടകവും ഉറക്കച്ചടവും പൂണ്ട് ആലസ്യം നുണഞ്ഞ് കിടന്നു.

സുൽത്താന്റെ മകളുടെ കൊട്ടാരം മൗനം വിഴുങ്ങിനിന്നു.

രാജകുമാരിക്കുവേണ്ടി മാണിക്യക്കല്ലു തേടിപ്പോയി പഴയ കഥ. സന്ധ്യ ഇരുട്ടിലേക്കിഴയുമ്പോൾ, മുറ്റത്തെ അത്തിക്കൊമ്പിലിരുന്നു കാലൻകോഴികൾ പതുക്കെ മൂളുമ്പോൾ, ധൃതിയിൽ ഇരുമ്പുചട്ടകം അടുപ്പിലിടുന്ന അമ്മ. പേടിക്കണ്ടാ, ട്ടോ. ചട്ടുകം അടുപ്പിലിട്ടാൽ കാലൻ കോഴിക്കു ചൂടെടുത്തിട്ടു നിവൃത്തിയുണ്ടാവില്ല. പറന്നു പൊയ്ക്കോളും.

ഏഴു കടലിന്നും ഏഴു ദ്വീപിന്നും അപ്പുറത്തു സ്വർണ്ണം പൂക്കുന്ന മരം. മരത്തിന്റെ ചുവട്ടിൽ അഞ്ചു തലയുള്ള പാമ്പ്. പാമ്പിന്റെ വിഷ ശ്വാസം നൽകിയ കല്ലിന്റെ കണ്ണു മഞ്ഞളിക്കുന്ന തിളക്കം. പാമ്പിന്നും മാണിക്യക്കല്ലിന്നും കാവൽനിൽക്കുന്ന കരിനാഗങ്ങളും ഭൂതത്താന്മാരും.

കാലൻകോഴികൾ പിന്നെ കരയില്ല.

ഉറക്കം വല്ലാതെ കനംതൂങ്ങി നിന്നപ്പോൾ അയാൾ എഴുന്നേറ്റു പതുക്കെ മുറിയിൽ ഉലാത്തി. ഇത്ര നേരത്തെ വരേണ്ടിയിരുന്നില്ലെന്ന് പിന്നെയും ഓർക്കുകയും ചെയ്തു.

“ഉണ്ണിക്കു ബോറടിച്ചുവോ?” അരുന്ധതി മുറിയിലേക്കു വന്നു. അവർ വിശദമായി വസ്ത്രധാരണം ചെയ്തിരുന്നു. കടുംപച്ച നിറത്തിലുള്ള സാരിയും ബ്ലൗസും. അതുകൊണ്ടുതന്നെ, കാതിലെ കമ്മൽ ശ്രദ്ധിച്ചു. ഉവ്വ്. അതും മാറ്റിയിരിക്കുന്നു. വലിയ പച്ചക്കല്ലു പതിച്ച കമ്മൽ അവ രുടെ കാതിൽ ഇറുകിക്കിടക്കുന്നു.

“ഉണ്ണിക്കു ബോറടിക്കുന്നുണ്ടെങ്കിൽ ടി.വി. ഓൺ ചെയ്തോളൂ.” ടെലിവിഷൻ ഓൺ ചെയ്തുകൊണ്ടു തന്നെ അവർ പറഞ്ഞു. ടെലിവിഷന്റെ ശബ്ദം തുറക്കാതെ, അവർ ടെയ്പ്റെക്കോർഡർ വെച്ചു. ടെയ്പ്പിൽ നിന്നു മലയാള സംഗീതം തുളുമ്പി.

“ഞങ്ങൾ ഇങ്ങനെയാണ് ചെയ്യുക. ടി.വിയും മലയാളം പാട്ടും. സീ, ചിലപ്പോൾ നമ്മുടെ പാട്ടിനു വേണ്ടിയാണ് അവരുടെ ഡാൻസ് എന്നു തോന്നും.”

ടി.വിയിൽ പാവകൾ ആടി. വികൃതമുഖവും ഉണ്ടക്കണ്ണുകളുമുള്ള പാവകൾ. അവ ഏതോ തുടിക്കൊത്തു തുള്ളി. നൂലിന്റെ ചലനത്തിൽ. ദ്രുതതാളംകൊണ്ട് ഇളകിയാടി.

ടെലിവിഷനടുത്തുള്ള ഒരു വലിയ പക്ഷിക്കൂട് അപ്പോഴാണ് അയാൾ ശ്രദ്ധിച്ചത്.

“ഇതെവിടെന്നാ?”

“ആ, അതു കേൾക്കണോ?” അരുന്ധതി ഉത്സാഹത്തോടെ പറയാൻ തുടങ്ങി: “എനിക്കു വിമലേച്ചി സമ്മാനം തന്നയച്ചതാ. പരുന്തിന്റെ കൂടാണത്രേ. വിമലേച്ചിയെ ഉണ്ണി അറിയുമോ? മെഡിക്കൽ കോളേജിലാണ്.”

“ആഹാ.”

“എനിക്കെന്തിനാണാവോ ഇതയച്ചത്. എന്തെങ്കിലും മനസ്സിൽ കണ്ടിട്ടുണ്ടാവും. സം ടൈംസ് ഷി ഈസ് വെരി ഫണ്ണി. എന്നിട്ട് നോക്കൂ. ഞാൻ ഇവിടെയൊക്കെ ഒരു പരുന്തിന്റെ സ്റ്റാച്യു അന്വേഷിച്ചു നടന്നു. കിട്ടിയില്ല. അവസാനം കഴിഞ്ഞ ഹോളിഡേയ്സ്ന് ഇറാനിൽ പോയപ്പോൾ കിട്ടിയതാണ്. അതാ അത്.”

കൂടിനു മുകളിൽ, കൊക്കു താഴ്ത്തി ചിറകും പരത്തി ഒരു വലിയ പരുന്തു നിന്നു. മങ്ങിയ വെളിച്ചത്തിൽ, അതിന്റെ വെള്ളക്കഴുത്തു പതുക്കെ ഇളകുന്നുണ്ടോ എന്നുപോലും അയാൾക്കു തോന്നി.

“വിമലേച്ചി മഹാരസികത്തിയാണ്. ഉണ്ണി ഇനി നാട്ടിൽ പോകുമ്പോൾ അവരെ ഒന്നു കാണണം. യു മസ്റ്റ്. വിമലേച്ചിയുടെ മോള് ഹൗസ് സർജൻസി ചെയ്യാണ്, വിനയ.”

“ഉം.”

“ഞാൻ ഉണ്ണിയെക്കുറിച്ചൊക്കെ അവർക്ക് എഴുതിയിട്ടുണ്ട്.”

“ഉം.”

അയാൾ പരുന്തിനെ ശ്രദ്ധിക്കുകയായിരുന്നു. അങ്ങനെ ശ്രദ്ധിച്ചു കൊണ്ട് നിന്നപ്പോൾ അയാളുടെ മനസ്സിൽ ഓർമ്മപ്പീലികൾ പെറ്റു. ചുമലിൽ വലിയ നീലസഞ്ചിയും തൂക്കി സ്കൂളിൽ പോകാനിറങ്ങുമ്പോൾ, ചിന്നംപാടി മുകളിൽ വട്ടം പറക്കുന്ന പരുന്തിനെയാണ്

നോക്കുക, ശകുനം. അതിന്നുവേണ്ടി ഷർട്ടും ട്രൗസറും മാറ്റുമ്പോൾ ത്തന്നെ ചെവിയോർക്കും. കേൾക്കുന്നുണ്ടോ? കൃഷ്ണപ്പരുന്തിന്റെ ശബ്ദം കേൾക്കുന്നുണ്ടോ?

പിന്നെ, കോഴിക്കുഞ്ഞുങ്ങളെ കാലിലിറുക്കി സൂത്രം പറക്കുന്നതും വേട്ടുവൻ വേലായുധൻ തെങ്ങിൽ കയറുമ്പോൾ കൊക്കുകൊണ്ടും നഖം കൊണ്ടും ആക്രമിക്കുന്നതും അയാൾ അപ്പോൾ കണ്ടു.

അരുന്ധതി എന്തൊക്കെയോ പറയുകയായിരുന്നു.

ടി.വിയിൽ പാവകൾ തുടർന്നും ആടുന്നു.

"ഇതാ വരുന്നൂട്ടോ, ആളുകളൊക്കെ വരാറായി. അടുക്കളയിൽ കുറച്ചു കൂടി പണിയുണ്ട്." പോകാൻ തുടങ്ങിയിട്ടു പിന്നെ തിരിഞ്ഞു നിന്ന് അരുന്ധതി പറഞ്ഞു: "രോഹിണിയും ഭർത്താവും വരുന്നുണ്ട്, രോഹിണിയുടെ ഭർത്താവ് ബാലചന്ദ്രനെ ഉണ്ണി അറിയില്ലേ? ഉണ്ണിയുടെ നാട്ടുകാരൻ തന്നെയാണ്."

"എന്തോ," മനസ്സിൽ തിറമ്പുന്ന പരുന്തിൻപാട്ടിന്റെ മുകളിൽ അയാ ളുടെ ശബ്ദം പതഞ്ഞു.

"അറിയില്ലെങ്കിൽ, ഇപ്പോൾ പരിചയപ്പെടാലോ, സാധുവാണ്." അവർ ധൃതിയിൽ അകത്തേക്കു പോയി.

ടെയ്പ്പിലെ പാട്ടു തുടർന്നു. ടി.വിയിലെ പാവകളി കഴിഞ്ഞിരുന്നു. പകരം ഏതോ പള്ളിയുടെ ചിത്രം തിര നിറഞ്ഞുനിന്നു.

സോഫ ചുറ്റി, വെറുതെ ജനലിന്നടുത്തേക്കു നടന്നു. കർട്ടൻ മാറ്റി, ചില്ലുവാതിലിലൂടെ താഴേക്കു നോക്കി. പുറത്ത്, ഉറക്കച്ചടവ് ആറാത്ത നഗരത്തിനു മുകളിൽ സന്ധ്യ ചിറകടിച്ചു. വലിയ കാറുകൾ ആരോടൊ ക്കെയോ ചീറ്റം കൊണ്ടു പാഞ്ഞു നടക്കുന്നു. ദൂരെ എവിടെയോ ഒരു നിയോൺ പരസ്യത്തിന്റെ വർണ്ണപ്രകാശം നീലപ്പാതയിൽ വീണു തളർന്നു കിടക്കുന്നുണ്ട്.

ഉറച്ച മേനിയും എണ്ണ മിനുങ്ങുന്ന മുഖവുമുള്ള സോമാലി പെൺകിടാങ്ങൾ, താഴെ, റോഡിന്നു നടുവിലെ നേർത്ത പുൽമെത്ത യ്ക്കരികിലൂടെ, കൈകൊട്ടി തലകുലുക്കി ചിരിച്ചുകൊണ്ടു കടന്നു പോയി.

"ഉണ്ണി, നമുക്ക് അല്പം തുടങ്ങാം." ഗോകുലന്റെ കൈയിൽ കുപ്പിയും ഗ്ലാസും കിടുങ്ങി.

കോട്ടിന്റെ താഴെത്തുമ്പ് തൊട്ടുകൊണ്ട് പിന്നാലെ വിനുവും നടന്നു വന്നു. അവന്റെ കടുംചുവപ്പു കുപ്പായത്തിനു മുകളിൽ സ്വർണ്ണം കെട്ടിയ, ചെറിയ പുലിനഖം തിളങ്ങി.

ഗ്ലാസുകളും കുപ്പിയും ടീപ്പോയിൽ വെച്ചിട്ടു ഗോകുലൻ മകനോടു ചോദിച്ചു:

"മോൻ ഉണ്ണിമാമയെ അറിയില്ലേ?"

"ഉം. ഉം." കുട്ടി തല കുലുക്കി.

"അറിയില്ല?" ഉണ്ണികൃഷ്ണൻ ചിരിച്ചു. എന്നിട്ട് ടീപ്പോയിൽ നിന്നു പൊതി എടുത്തുകൊടുത്തിട്ടു പറഞ്ഞു: "ഹാപ്പി ബർത്ത്ഡേ ടു യൂ."

"താങ്ക് യു അങ്കിൾ." കുട്ടിയുടെ മുഖം വിടർന്നു.

"മോൻ അമ്മയോടു പോയി ഐസും വെള്ളവും കൊണ്ടുവരാൻ പറയൂ."

"വിസ്സി കുടിക്കാനാ?" കുട്ടി ചോദിച്ചു.

"ഉം." ഗോകുലൻ ചിരിച്ചു.

വലിയ പൊതിയും താങ്ങിപ്പിടിച്ചു വിനു അകത്തേക്കു പോയി.

"ഇതാ, ഇങ്ങോട്ട് ഇരിക്കൂ." ഗോകുലൻ പറഞ്ഞു:

ടെലിവിഷനിൽ വർണ്ണപ്പകിട്ടുള്ള വസ്ത്രങ്ങളണിഞ്ഞ പെൺകിടാങ്ങൾ തലമുടി കുടഞ്ഞാടി. സിൽക്കു കന്തൂറയും തിളങ്ങുന്ന വെള്ള ശിരോവസ്ത്രവുമണിഞ്ഞ പുരുഷന്മാർ, മുണ്ടു മടക്കി ചെറിയ ചെണ്ടയിൽ താളം മുട്ടി.

ടെയ്പ്പ് റെക്കോർഡിലെ പാട്ടു തുടർന്നേ പോയി.

"ഈ ഡാൻസ് എനിക്കു വലിയ ഇഷ്ടമാണ്." ഐസും വെള്ളത്തിന്റെ കുപ്പിയും ടീപ്പോയിൽ വെച്ചുകൊണ്ട് അരുന്ധതി പറഞ്ഞു: "ഇതിന്നു ഒരഴകുണ്ട്."

കുറെ കളിപ്പാട്ടങ്ങൾ പേറിക്കൊണ്ടുവന്ന വിനു മുറിയുടെ മൂലയിൽ കാർപ്പെറ്റിൽ വന്നിരുന്നു.

"ഉണ്ണി എന്താ ഒന്നും മിണ്ടാതെ ഇരിക്കുന്നത്?" അല്പം കഴിഞ്ഞ് അരുന്ധതി ചോദിച്ചു: "ഉണ്ണിക്ക് ഈ നാട് ഒട്ടും ഇഷ്ടപ്പെട്ടിട്ടില്ലെന്നു തോന്നുന്നു."

"ആർക്കാണ് ഇഷ്ടപ്പെട്ടിട്ടുള്ളത്?" അയാളുടെ ശബ്ദം നേർത്തു.

ഗോകുലനും അരുന്ധതിയും പൊട്ടിച്ചിരിച്ചു.

അയാളുടെ മനസ്സിൽ ഗൃഹാതുരത്വം ആകാശച്ചിറകും വിരിച്ചു നിന്നു. ഓർക്കുമ്പോഴൊക്കെ, അമ്മയെ വിട്ടു സന്ന്യാസം കൊള്ളാൻ പോയവന്റെ ഖേദം മനസ്സിൽ തോരാതെ നിറഞ്ഞു. ശ്രീകൃഷ്ണവിഗ്രഹത്തിനു മുൻപിൽ ചന്ദനവും തുളസിയുമിട്ടു പൂജിക്കുന്ന അമ്മയുടെ കണ്ണീരു കാണാതെ ഏതോ കാടിന്റെ ഏകാന്തതയിൽ തപം ചെയ്യാൻ പോയവന്റെ ഉൾനോവുകളും ഓർമ്മക്കുത്തലുകളും പോലെ.

"ഉണ്ണി അടുത്ത തവണ നാട്ടിൽ പോകുമ്പോൾ ഒരു കല്യാണമൊക്കെ കഴിക്കണം."

"ഉം."

തപസ്സിന്റെ മൂർച്ഛയിൽ, കാടിന്നു മുകളിൽ, ആകാശത്തിന്നു മുകളിൽ ചിറകു വിരിച്ചു വട്ടമിട്ടു പറക്കുന്ന കൃഷ്ണപ്പരുന്ത്. കൂടു കാണാതെ കൃഷ്ണനെ വിളിച്ചു കരഞ്ഞുഴറുന്ന കൃഷ്ണപ്പരുന്ത്. കൃഷ്ണന്റെ പരുന്ത്. രാധയുടെ പരുന്ത്.

പിന്നെ സ്വപ്നങ്ങളിൽ ഇടയ്ക്കിടെ വന്നു സമാധാനപ്പാട്ടു ചൊല്ലുന്ന രാധ.

“ഇതുവരെ കല്യാണം കഴിക്കാത്തതു തന്നെ തെറ്റാണ്.” സോഫയിൽ ചെരിഞ്ഞിരുന്നുകൊണ്ടു അരുന്ധതി പറയാൻ തുടങ്ങി. “ഉണ്ണിക്ക് ഒരു നല്ല പെണ്ണിനെ ഞാൻ കണ്ടുവെച്ചിട്ടുണ്ട്.” എന്നിട്ട് തിരിഞ്ഞു ഗോകുലനോട് “നമ്മുടെ വിമലേച്ചിയുടെ മകളെയ്. അവൾക്കും കുറച്ചു പോയട്രിയുടെ ഭ്രാന്തൊക്കെ ഉണ്ട്.”

“ആ്ഹാ. അതുംണ്ടോ?”

“അടുത്ത കൊല്ലം അവള് പ്രാക്ടീസ് തുടങ്ങും എന്നാ വിമലേച്ചി എഴുതീരുന്നത്.”

കാളിങ്ബെല്ലിന്റെ ശബ്ദം മുഴങ്ങി. അരുന്ധതി എഴുന്നേറ്റു പോയി.

മുറിയിൽ മുഴങ്ങിയ സംഗീതത്തിന്റെയും വാതിൽക്കർട്ടന്റെ കിലുക്കങ്ങളുടെയും ഇടയിൽ ഉപചാരവചനങ്ങൾ ഉതിർന്നു.

“നോക്കൂ, ഉണ്ണീ, ബാലചന്ദ്രനും രോഹിണിയും പിന്നെ രാമകൃഷ്ണൻ, ബാലചന്ദ്രന്റെ അനിയൻ, കഴിഞ്ഞ ആഴ്ച വന്നതേയുള്ളൂ.” അരുന്ധതി തിരക്കിട്ടു പറഞ്ഞു.

“പിന്നേയ്, ഈ ബാലചന്ദ്രൻ എന്റെ ബന്ധുവാണ് കേട്ടോ. രോഹിണി എന്റെ വല്യമ്മയുടെ മകളാണ്.”

കാളിങ്ബെൽ വീണ്ടും കിലുങ്ങി.

“ബാലചന്ദ്രനും വന്ന ഇടയ്ക്ക് ഉണ്ണിയെപ്പോലെത്തന്നെ ആയിരുന്നു. ഒന്നും മിണ്ടാതെ, ഇങ്ങനെ.” വാതിലിന്നടുത്തേക്കു ധൃതിയിൽ നടക്കുന്നതിന്നിടയിൽ അരുന്ധതി പറഞ്ഞു: “ഇപ്പോൾ എല്ലാം ശരിയായി.”

നേർത്ത മീശയും സ്വർണ്ണഫ്രെയിമുള്ള കണ്ണടയും ധരിച്ച വെളുത്ത മുഖത്തു ചിരി പരന്നു. ആ ചിരിയുടെ അകത്തെവിടെയോ എന്തൊക്കെയോ നോവുകൾ ഒളിഞ്ഞുകിടക്കുന്നുണ്ടോ എന്ന് അന്വേഷിക്കുകയായിരുന്നു ഉണ്ണികൃഷ്ണൻ.

“ഉണ്ണികൃഷ്ണന്റെ ജോലിയൊക്കെ എങ്ങനെ?”

“അങ്ങനെ പോണു.”

“ഏതായാലും നല്ല തുടക്കമാണ്. താമസമൊക്കെ?”

“പ്രശ്നം തന്നെയാണ് ഇപ്പോഴും.”

“ഉം.” ബാലചന്ദ്രൻ എന്തോ ഓർത്തു മൂളി.

ഗോകുലൻ ഗ്ലാസുകൾ നിറയ്ക്കുന്ന തിരക്കിലായിരുന്നു. അപ്പോൾ ബാലചന്ദ്രന്റെ അനുജൻ പറഞ്ഞു:

"ഞാൻ കഴിക്കില്ല."

"ഇതാ, ഇവരെ പരിചയപ്പെടൂ." ഉറക്കെ പറഞ്ഞുകൊണ്ട് അരുന്ധതി കടന്നുവന്നു.

മഞ്ഞയും കറുപ്പും വരകളുള്ള മാക്സി ധരിച്ച ചെറുപ്പക്കാരിയും വരയൻ സൂട്ടിട്ട ചെറുപ്പക്കാരനും.

"ഇത് മിസ്റ്റർ ലബിബ്. മിസ്സിസ് ലബിബ്. മാദിയ. ദേയാർ ഫ്രം ഈജിപ്ത്."

കൈ കുലുക്കുന്നതിന്നിടയിൽ ലബീബ് ഗോകുലനോടു ചോദിക്കുന്നത് കേട്ടു. "ഹൗ ഈസ് ബിസിനസ്സ്?"

ഗോകുലന്റെ അമർത്തിപ്പിടിച്ച മറുപടി അരുന്ധതിയുടെ പൊട്ടിച്ചിരിയിൽ അലിഞ്ഞുപോയി. അരുന്ധതിയോട് ശ്രീമതി ലബിബ് എന്തോ തമാശ പറയുകയായിരുന്നു.

മുറിയുടെ ഒഴിഞ്ഞ കോണിലെ സോഫയ്ക്കു പിന്നിൽ കളിപ്പാട്ടങ്ങൾ നിരത്തിവെച്ചു വിനു ചിരിച്ചു.

കാളിങ്ബെൽ പിന്നെയും ശബ്ദിച്ചു.

ഗോകുലൻ ടെയ്പ്പ് മാറ്റി. ഡ്രംസും ഗിത്താറും മുഴങ്ങിയ ദ്രുത സംഗീതം മുറിയിൽ തെന്നി.

സ്വർണ്ണവളകൾ കിലുക്കിക്കൊണ്ട് അരുന്ധതി ഓടിനടന്നു.

മുറിനിറയെ ആളുകൾ. കുപ്പിയുടെയും ഗ്ലാസിന്റെയും ശബ്ദവും ശക്തിയായിത്തുടങ്ങി.

"ഉണ്ണിക്ക് ആരുടെ പാട്ടാണ് ഇഷ്ടം?" തൊട്ടുനിന്നുകൊണ്ട് അരുന്ധതി ചോദിച്ചു.

"രാധയുടെ പാട്ട്." അയാളുടെ ശബ്ദം വീണ്ടും തളർന്നിരുന്നു.

"ഓ, രാധ. ഞാൻ കേട്ടിട്ടേയില്ല... നോക്കൂ, രോഹിണി, നോ, ഡോൺട് പുട്ട് ഇറ്റ് ദേർ." പിന്നെ അരുന്ധതി തിരക്കിട്ടു മുറിയുടെ പുറത്തു പോയി.

അപ്പോഴും ഏതോ അപരിചിതമായ സ്ഥലത്ത് എത്തിപ്പെട്ടതിന്റെ ഭയപ്പാടായിരുന്നു, അയാളുടെ മനസ്സിൽ. അതോടെ, പിന്നെയും പകൽ സ്വപ്നത്തിന്റെ തൊങ്ങലുകളും കിലുങ്ങി.

പൂവരശിൻ ചുവട്ടിൽ എപ്പോഴോ ഒരു നേർത്ത ശബ്ദം ഇഴഞ്ഞിരുന്നു. അവിടെയെത്തുമ്പോൾ ആരൊക്കെയെങ്കിലും മനസ്സിൽ കടന്നുകൂടുമോ എന്തോ. പിന്നെ, മൂന്നുനാലു നാൾ അവൾ മുഖം കനപ്പിച്ചു നടന്നു.

വിനു അപ്പോഴും മുറിയുടെ മൂലയിൽ വിമാനം തിരിച്ചു കളിച്ചു.

ടി.വിയിലെ വർണ്ണരൂപങ്ങൾ മാറിക്കൊണ്ടേയിരുന്നു. കുപ്പിപ്പാത്രങ്ങളുടെ ശബ്ദവും വലുതായി. റെക്കോഡ് ചെയ്ത ദ്രുതസംഗീതത്തിനും മുകളിൽ പൊട്ടിച്ചിരികളുതിർന്നു.

“കെയ്റോ ഒരു സുന്ദരമായ സ്ഥലമാണ്. നിങ്ങൾ ഒരിക്കൽ അങ്ങോട്ടു വരൂ.” ലബീബ് ആരോടൊ ഉറക്കെ പറയുന്നതു കേട്ടു.

“ഉണ്ണികൃഷ്ണൻ ഇനി നാട്ടിൽ പോകാൻ എന്നാണ് പരിപാടി?” ബാലചന്ദ്രൻ പതുക്കെ ചെവിയിൽ ചോദിച്ചു.

“അറിയില്ല.” എന്തോ ഓർത്ത് അയാൾ പറഞ്ഞു: “ഒരുപക്ഷേ, നാളെത്തന്നെ.”

ഒരു വലിയ തമാശ കേട്ടതുപോലെ ബാലചന്ദ്രൻ ചിരിച്ചു.

തോരാതെ പെയ്യുന്ന മഴയത്ത് ഇറവെള്ളം വീഴുന്നതും നോക്കി പൂമുഖത്തിരിക്കുന്ന കുട്ടിയെ മനസ്സിൽ കാണുകയായിരുന്നു, ഉണ്ണികൃഷ്ണൻ.

“ഹലോ എവരിബഡി. ദ ടേബ്ൾ ഈസ് ആൾ സെറ്റ്.” അരുന്ധതി പറഞ്ഞു.

മുകൾച്ചുമരിലെ നീലച്ഛായത്തിൽ നോട്ടമമർത്തിക്കൊണ്ട് സോഫയിൽ ചാരിക്കിടക്കുകയായിരുന്നു ഗോകുലൻ. പിന്നെ, പൊടുന്നനെ എഴുന്നേറ്റുകൊണ്ട് ഗോകുലൻ പറഞ്ഞു:

“ഓകെ. കമോൺ ആൾ ഓഫ് യൂ.”

ടെയ്പ്പ് നിന്നിരുന്നു. ആരോ ടെലിവിഷനും ഓഫ് ചെയ്തിരുന്നു. ആളുകളുടെ ശബ്ദം മാത്രം മുറിയിൽ നിവർന്നുനിന്നു.

സ്വീകരണമുറിയിൽനിന്ന് അവസാനം പുറത്തേക്കു കടന്നത് ഉണ്ണികൃഷ്ണനാണ്. പോരുമ്പോൾ മേശപ്പുറത്ത് ചിറകു വിരിച്ചു നിന്ന പരുന്തിനെ ഒന്നുകൂടി നോക്കി. ചെവിയിൽ, പതിഞ്ഞ സ്വരത്തിൽ ആരോ മൂളി: കൃഷ്ണാ, ഹരി. ഹരി.

വിനു അപ്പോഴും മുറിയുടെ മൂലയിൽനിന്ന് എഴുന്നേറ്റിരുന്നില്ല. അവന്റെ കൈയിൽ തീവണ്ടിപ്പാവയുടെ തകരം കിലുങ്ങി.

“വിനു വരൂ.”

“ഉം. ഉം.”

“മാമുണ്ടോ?”

“ഉം.”

ഊണമേശയ്ക്കു ചുറ്റും ഇരുന്നുകൊണ്ട് പിന്നെയും അവർ തമാശ പറയുകയും ചിരിക്കുകയും ചെയ്തു.

ഉണ്ണികൃഷ്ണന്റെ തൊട്ടടുത്തു വന്നിരുന്ന് പുറത്തു തട്ടിക്കൊണ്ട് അരുന്ധതി പറഞ്ഞു: “ഈ ഉണ്ണി ഒന്നു ഉറക്കെ ചിരിക്കുന്നത് എപ്പഴാ കേൾക്കാ?”

അയാൾ, വെറുതെ ഒരു വിഡ്ഢിയെപ്പോലെ ശബ്ദമില്ലാതെ ചിരിച്ചു കൊണ്ട് ഇരുന്നു.

ലബീബ് പട്ടാളക്കഥകൾ വിസ്തരിക്കുകയായിരുന്നു. മുൻപെന്നോ സൈന്യത്തിൽ ക്യാപ്റ്റനായതും പിന്നെ ബയണറ്റുകൊണ്ട് വയറ്റിൽ കുത്തുകൊണ്ടതുമൊക്കെ.

കുറെ മുൻപ്, സന്ധ്യക്ക് റോഡിലൂടെ കൈകൊട്ടിച്ചിരിച്ചുകൊണ്ട് കടന്നുപോയ സോമാലി പെൺകിടാങ്ങൾ മനസ്സിലേക്കു കടന്നു വന്നു. അപ്പോൾത്തന്നെ അവർ മാഞ്ഞലിയുകയും ചെയ്തു.

പിന്നെ ധാരാളം പരുന്തുകൾ അയാളുടെ മനസ്സിൽ വട്ടമിട്ടു പറക്കാൻ തുടങ്ങി. മദ്ധ്യാഹ്നസ്വപ്നത്തിന്റെ ചിറകും വിടർത്തിക്കൊണ്ട് അവർ കൂട്ട ത്തോടെ കൃഷ്ണഗീതമുതിർത്തു പറന്നു.

തീൻമേശയ്ക്കു ചുറ്റും ഏറെ ഭാഷകൾ കിലുങ്ങി. ബെയ്റൂത്തിലെ മരണങ്ങളുടെ കഥകൾ. അർജ്ജുനശരകൂടകഥകൾ. പിന്നെ ഏതോ സിനിമയിലെ ബലാൽസംഗത്തിന്റെ കഥകൾ.

അതു കഴിഞ്ഞു. പതുക്കെപ്പതുക്കെ, ക്ഷമാപണം ചൊല്ലി ഓരോരു ത്തരായി എഴുന്നേൽക്കാനും തുടങ്ങി.

നേരം ഏറെച്ചെന്നിരുന്നു. ഒരു സന്ധ്യ മുഴുവൻ ധൂർത്തു ചെയ്ത വന്റെ സങ്കടമായിരുന്നു ഉണ്ണികൃഷ്ണന്. മുറിയിൽ തനിച്ചിരിക്കുന്നു വെങ്കിൽ ആവോളം കിനാവുകളിൽ ഇറങ്ങി മുങ്ങി സ്വയം മറക്കാമായി രുന്നു.

സ്വീകരണമുറിയിൽ വീണ്ടും ശബ്ദം പതറിക്കൊണ്ടേയിരുന്നു.

വിനു മുറിയുടെ മൂലയിൽനിന്ന് എഴുന്നേറ്റു പോയിരുന്നു.

എല്ലാവരോടും യാത്ര പറഞ്ഞു ശുഭരാത്രി നേർന്ന് ഇറങ്ങുമ്പോൾ, പെട്ടെന്ന് അരുന്ധതി പിന്നാലെ വന്നു ചെവിയിൽ പറഞ്ഞു:

“ഞാൻ പറഞ്ഞതു മറക്കണ്ടാട്ടോ.” അവരുടെ നേർത്ത ശബ്ദത്തിന്റെ കൂടെ സ്വർണ്ണവളകളും കിലുങ്ങി.

“എന്ത്? പരുന്തിന്റെ കാര്യമോ?”

“മറന്നുവോ?”

“എന്താണ്?”

“വിമലേച്ചിയുടെ മകളുടെ കാര്യം?”

“ശരി, മറക്കില്ല.”

വാതിൽ തുറന്ന് പുറത്തു കടക്കുമ്പോഴും പുറത്തെത്തിയപ്പോഴും മനം മുഴുക്കെ രാധതന്നെ ആയിരുന്നു. അതോടൊപ്പം ഇന്നലെയുടെ താള ങ്ങളും ഈ വർണ്ണങ്ങൾ അലിയുംമുൻപ്, ഈ സംഗീതം ശ്രുതിപതറും മുൻപ് എനിക്കു പറക്കണം.

■

കടൽപോലെ കാമിനി

റിസപ്ഷൻ ലോബിയുടെ വലിയ ഫ്രഞ്ചുജനലിന്റെ കൂളിംഗ് ഗ്ലാസി നപ്പുറത്ത് ഹോട്ടലിന്റെ വിശാലമായ ഉദ്യാനമാണ്. ഉദ്യാനത്തിന്റെ അങ്ങേയറ്റത്ത് കരിങ്കല്ലിന്റെ അരമതിൽ. അരമതിലിനപ്പുറത്ത് നീണ്ട അലസതപോലെ പഞ്ചാരമണൽ. മണലിലേക്കു പിന്നെയും പിന്നെയും തിരയിട്ട് തല്ലുന്ന കടൽ. കടൽ ആകാശം മുട്ടുന്നിടത്ത് സൂര്യന്റെ ചുവന്ന വൃത്തം. നിമിഷംപ്രതി, നിമിഷംപ്രതി കടലിലേക്ക് താഴ്ന്നുപോകുന്ന വൃത്തം.

മുന്നൂറ്റിപന്ത്രണ്ടാം മുറിയുടെ കനമുള്ള താക്കോൽഞാത്ത് കൈയിൽപ്പിടിച്ച്, കൈകൾ പിന്നിൽകെട്ടി കടലിനെ നോക്കിക്കൊണ്ടു നിൽക്കുകയായിരുന്നു സുധാകരൻ. അല്പം മുമ്പ് മുന്നൂറ്റിപന്ത്രണ്ടാം മുറിയുടെ ജനലിന്റെ ചില്ലിൽക്കൂടി പുറത്തേക്കു നോക്കിക്കൊണ്ട് നിന്ന പ്പോഴാണ് പെട്ടെന്ന് കടലിനെക്കുറിച്ച് ഓർമ്മവന്നത്.

കടലിന്റെ ശബ്ദം അകലെ എവിടെയോ മുഴങ്ങുന്നു. കറുപ്പും ചുവപ്പും നിറം വീണ തിരമാലകൾ ഉയർന്നുവരുന്നു. പിന്നെ, തീരത്തു നമസ്കരിച്ച് തിരിച്ചുപോകുന്നു.

മുന്നൂറ്റിപന്ത്രണ്ടാം മുറിയുടെ ജനൽച്ചില്ലിന്നപ്പുറത്ത്, താഴെ പക്ഷേ, ചേരിപ്രദേശമാണ്. കൈയും കലാശവും കാട്ടി ഒച്ചവെക്കുന്ന സ്ത്രീപുരുഷന്മാരും നിർത്താതെ നിലവിളിക്കുന്ന നഗ്നരായ കുട്ടികളും തലങ്ങും വിലങ്ങും നടക്കുന്ന ചേരിപ്രദേശം.

അയാൾ കർട്ടൻ വലിച്ചിട്ട്, ലൈറ്റുകളണച്ച്, മുറിപൂട്ടി താഴേക്കു വന്നു.

കൗണ്ടറിലെ സ്ലീവ്ലെസ് ബ്ലൗസ് ധരിച്ച ചെറുപ്പക്കാരിയെ കാണാനില്ല. ഡ്യൂട്ടി തീർന്നുപോയിട്ടുണ്ടാവും. തുടുത്ത മുഖത്ത് നിറയെ ചുവന്ന കുത്തുകളുള്ള ഒരു ചെറുപ്പക്കാരനാണ് ഇപ്പോൾ അവിടെ. ചെറുപ്പ ക്കാരന്റെ ചെമ്പൻമുടിയുടെ നീണ്ട ഇഴകൾ നെറ്റിയിലൂടെ മൂക്കിലേക്കു വീഴുന്നു. ഇടയ്ക്കിടെ മുടി പിന്നോട്ടൊതുക്കിക്കൊണ്ട് അയാൾ ഒരു നോട്ടു പുസ്തകത്തിൽ എന്തൊക്കെയോ കുത്തിക്കുറിക്കുകയാണ്.

ലോബിയിലെ വിളക്കുകൾ ഒരു ഞെട്ടലോടെ തെളിഞ്ഞു. പുറത്തെ ഉദ്യാനത്തിലും പൊടുന്നനെ ഉരുളൻവിളക്കുകൾ പ്രകാശിച്ചു. ചെടി കൾക്കു ചുറ്റും നിഴലുകൾ പരുങ്ങാനും തുടങ്ങി.

ചക്രവാളത്തിലെ ചുവന്ന ഗോളത്തിന്റെ പകുതിയോളവും കടൽ കാർന്നു തിന്നിരിക്കുന്നു. ഇപ്പോൾ തോട്ടത്തിലെ ചില നീണ്ട ചെടികൾക്കിടയിലൂടെ കാണുന്ന അർദ്ധവൃത്തത്തിലേക്കു നേർത്ത കറുപ്പ് ബാധിക്കുകയാണ്.

പന്ത്രണ്ട് പോപ് അപ് സ്പ്രിംഗ്ളറുകൾ കൊണ്ടുവരണം, വരുമ്പോൾ എന്ന് എഴുതിയിരുന്നു വിമല. പെട്ടിയുടെ ഇടയ്ക്കെവിടെയോ അവ കിടക്കുന്നു. വീട്ടുമുറ്റത്തെ ദീർഘചതുരാകൃതിയിലുള്ള വലിയ ലോൺ ഹോസുകൊണ്ട് നനച്ച് മടുത്തിട്ടുണ്ടാവും വിമലയ്ക്ക്.

സൂര്യൻ മുഴുവൻ താഴ്ന്നുകഴിഞ്ഞാൽ തിരിച്ച് മുന്നൂറ്റിപന്ത്രണ്ടാം മുറിയിലേക്കുതന്നെ പോകാം സുധാകരൻ കരുതി. പെട്ടി തുറന്ന് കുപ്പി പുറത്തെടുത്ത് മൂന്നോ നാലോ പെഗ് കഴിക്കാം. രാത്രി ഭക്ഷണം മുറിയിലേക്കു വരുത്താം. എയർലൈൻസുകാർ ഏർപ്പെടുത്തിയ ഭക്ഷണക്കൂപ്പണുണ്ട്. കുറച്ചെന്തെങ്കിലും കൂടുതൽ കൊടുത്താൽ ഇവർ ആഹാരം മുറിയിലേക്കു കൊണ്ടുവന്നുതരും. വെയ്റ്റർക്കു സന്തോഷമാവുകയും ചെയ്യും.

അതുകഴിഞ്ഞ് ഒന്നുറങ്ങണം. എട്ടുമണിക്കൂറെങ്കിലും ഉറങ്ങണം. കഴിഞ്ഞ കുറെ ദിവസങ്ങളായി ഉറക്കമില്ലായിരുന്നു. ലീവിനു മുമ്പ് ചെയ്തു തീർക്കേണ്ടിയിരുന്ന ആയിരത്തൊന്നുകൂട്ടം ജോലികൾ, യാത്രകൾ. പെട്ടി കുത്തിനിറയ്ക്കാനുള്ള ഷോപ്പിങ്ങ്.

ഏഴുമണിവരെ ഉറങ്ങാം. ഒമ്പതിനാണ് നാട്ടിലേക്കുള്ള ഫ്ളൈറ്റ്. ഏഴരകഴിഞ്ഞ് ഇവിടെ നിന്നിറങ്ങിയാൽ മതി. നാടിനും മറുനാടിനുമിടയ്ക്ക് ഒരു രാത്രിയുടെ പരിപൂർണ വിശ്രമം. രണ്ടു യാഥാർത്ഥ്യങ്ങൾക്കിടയ്ക്കുള്ള സ്വപ്നലോകംപോലെ. രണ്ടു കടലുകൾക്കിടയിലെ ഓരോ ദ്വീപുപോലെ. രണ്ടു ജന്മങ്ങൾക്കിടയിലെ സ്വസ്ഥമായ ശാന്തതപോലെ...

ക്സ്ക്യൂസ്മി, സേർ." തൊട്ടുപിന്നിൽ ഒരു സ്ത്രീ ശബ്ദത്തിന്റെ പളുങ്കു വീണുടയുന്നു.

സ്വരം രണ്ടാമതൊരു പളുങ്കുകൂടി ഉടയ്ക്കുന്നതുവരെ, സുധാകരൻ, അതു മറ്റാരെയെങ്കിലും ആവുമെന്ന് കരുതി. കടൽ വിഴുങ്ങിക്കൊണ്ടിരിക്കുന്ന സൂര്യക്കഷ്ണത്തിനെ നോക്കിനിന്നു.

പിന്നെ തിരിഞ്ഞുനോക്കി.

പരിഭ്രമംകൊണ്ട് ചുവന്ന, അപരിചിതമായൊരു വെളുത്ത വട്ടമുഖം. നെറ്റിയിൽ വലിയ പൊട്ട്. അല്പം മലർന്ന് നനവാർന്ന ചുണ്ടുകൾ. ഏറെത്തവണ നനച്ചതുകൊണ്ടാവാം, തേഞ്ഞുപോയ ചുവന്ന ചായം ചുണ്ടുകളിൽ. മൂക്കിൽ മൂക്കുത്തിയുടെ വെള്ളക്കൽ മൊട്ട്. കാതിലാടുന്ന സ്വർണത്തിന്റെ ആലിലകൾ. ഇടത്തേ കൈത്തണ്ടയിൽ അടുക്കായിട്ട സ്വർണവളകൾ. വലത്തേ കൈത്തണ്ടയിൽ കറുത്ത ഡയലുള്ള വാച്ച്.

ഇളംമഞ്ഞ സാരി ചുമലിലൂടെ ചുറ്റിപ്പിടിച്ച കൈകളിൽ തൂങ്ങിയാടുന്ന ചുവന്ന തോൽസഞ്ചി.

“യേസ്?” എന്ന ചോദ്യത്തോടെ, പിന്നെ, സുധാകരൻ, റിസപ്ഷനിലെ ചെമ്പൻ മുടിക്കാരനെ നോക്കി. ചെമ്പൻ മുടിക്കാരന്റെ വലിയ നീല കൃഷ്ണമണികളിൽ, തണുത്ത ശൂന്യത.

“ഐ ആം സോറി ടു ട്രബ്ൾ യു” പഞ്ചാബിന്റെ ചുവയുള്ള ഇംഗ്ലീഷിനോടൊപ്പം കിതപ്പിന്റെ നേർത്ത വേപഥു: “ഐ ഗോട്ട് സ്ട്രാൻഡ് ഹേ്യർ.” അവർ ഒന്ന് നിർത്തി.

സുധാകരൻ ഒന്നും മിണ്ടാതെ കവിളുകൾ കനപ്പിച്ച് ഒരു തുടർച്ചയ്ക്ക് കാത്തുനിന്നു. അവർ സഞ്ചി ഇടത്തേ കൈയിൽനിന്ന് വലത്തേതിലേക്കു മാറ്റി. പിന്നെ, ഇടംകൈവളകൾ കിലുങ്ങുമാറ് റിസപ്ഷനിസ്റ്റിന് നേരെ നീട്ടിക്കൊണ്ട് തുടർന്നു.

“ദേ വോൺട് ഗിവ് റൂം ഫോറെ ലോൺലി ലേഡി... വുഡ്യു ഹെൽപ്പ് മീ.”

“ഐ ആം സ്റ്റേയിംഗ് എലോൺ.” സുധാകരൻ പറഞ്ഞു.

“സോ ദേ ടോൾഡ് മി. ഐ വോൺട് ബി എ ട്രബ്ൾ ടു യു. മൈ ഫ്ളൈറ്റ് ഈസ് അറ്റ് സിക്സ്. ഐ വിൽ ലീവ് അറ്റ് ഫോർ ഏർളി മോണിങ്ങ്.”

പിന്നെ, തലയൊന്നു ഇടത്തോട്ട് ചെരിച്ച് കുനിച്ച് ഒരുപചാരംപോലെ “സേർ.”

“ബട്ട്...”

“പ്ലീസ്. ഐ വാൺട് ടു സ്ലീപ് ഫോർ അറ്റ് ലീസ്റ്റ് ത്രീ അവേഴ്സ്... പ്ലീസ്.”

“ബട്ട്... സ്റ്റിൽ ഐ ആം എ ടോട്ടൽ സ്ട്രേഞ്ചർ.”

“മൈ ഇമ്മീഡിയറ്റ് പ്രോബ്ലം ഈസ് നോട്ട് ദാറ്റ്.” അവർ പറഞ്ഞു. എന്നിട്ട് ബാഗിന്റെ മുൻപോക്കറ്റ് തപ്പി ഒരു കാർഡ് പുറത്തെടുത്തു: മൈ കാർഡ്.

സുധാകരൻ ലോബിയിലെ വിളക്കിനരികിലേക്ക് നീങ്ങിനിന്നുകൊണ്ട് കാർഡിലേക്കു നോക്കി.

Asha

Senior Marketing Executive

അമൃത്സറിലെ ഒരു കമ്പനിയുടെ പന്ത്രണ്ട് ലൈനുള്ള ടെലഫോൺ നമ്പറുകൾ. വീട്ടിലെ മൂന്നു ടെലഫോണുകൾ.

“ഐ കെയിം ടു മേയ്ക്ക് എ ന്യൂ കോൺട്രാക്ട്.” കാർഡിലേക്കു നോക്കിക്കൊണ്ടുനിന്ന സുധാകരന്റെ മുഖത്തേക്ക് ആകാംക്ഷയോടെ കണ്ണുകളുന്നിക്കൊണ്ട് അവർ പറഞ്ഞു: “ആൻഡ് നൗ ഐ ഡോൺട് വാൺട് ടു ഗോ ബാക്ക് സെയിങ്ങ് ഐ ആം ഹോംലെസ്സ്.”

സുധാകരൻ പതുക്കെ പുഞ്ചിരിച്ചു. ആ പുഞ്ചിരി അവർക്ക് അല്പം ആശ്വാസം നല്കിയെന്നു തോന്നുന്നു. അവരുടെ കനത്ത കവിളിൽ മുറുകി നിന്ന മാംസപേശികൾ ഒന്നയഞ്ഞു.

"ലെറ്റസ് ആസ്ക് ഹിം."

അവരെത്തന്നെ നോക്കിക്കൊണ്ടു നിൽക്കുകയായിരുന്ന ചെമ്പൻമുടിക്കാരന്റെ നേർക്ക് വിരൽ ചൂണ്ടിക്കൊണ്ട് സുധാകരൻ പറഞ്ഞു. അയാൾ വിസിറ്റിങ്ങ് കാർഡ് പോക്കറ്റിലിട്ടുകൊണ്ട് റിസപ്ഷനിലേക്കു നടന്നു. എന്തോ ഒരു ഉത്തരവാദിത്വം തന്റെ ചുമലിൽ അർപ്പിക്കപ്പെട്ടതുപോലെ അയാൾക്കു തോന്നി.

വിമലയ്ക്കാണ് ഇങ്ങനെ സംഭവിച്ചിരുന്നതെങ്കിലോ? അയാൾ പെട്ടെന്നു വിചാരിച്ചു. ആരോരുമില്ലാതെ, ഒരു വലിയ പട്ടണത്തിൽ! ഇല്ല. പെട്ടെന്നയാൾ തിരുത്തി. വിമല എന്തിനാണ് തനിച്ച് ഈ പട്ടണത്തിലേക്ക് വരുന്നത്?

വിമലയെക്കുറിച്ചോർത്തപ്പോൾ ലോൺസ്പ്രിംഗ്ളറിനെക്കുറിച്ച് വീണ്ടും ഓർത്തു. വിമല ഇന്ന് രാത്രി ഉറങ്ങുകയുണ്ടാവില്ല. രാവിലെ എയർപോർട്ടിലേക്കു വരാനുള്ള തയ്യാറെടുപ്പിന്റെ ഓർമ്മകളിൽ ഉറങ്ങാതെ കിടക്കും. നേരം വെളുക്കുന്നുണ്ടോ എന്ന് അവൾ ഇടയ്ക്കിടെ ജനൽച്ചില്ലിലൂടെ പുറത്തേക്കു നോക്കുകയും ചെയ്യും.

നാളെ ഈ നേരത്ത്, പച്ചപ്പ് നിറഞ്ഞ ലോണിൽ ചൂരൽ മെടഞ്ഞ കസേരകളിട്ട് സുധാകരന് വിമലയുടെ കൂടെ ഇരിക്കാം. തെങ്ങിൻ തലപ്പുകളിൽ നിന്ന് ഊർന്നിറങ്ങുന്ന കാറ്റിന് ചെവികൊടുക്കാം. അകലെ കറുത്ത കുന്നിന്റെ മുകളിൽ ഇടയ്ക്കിടെ മിന്നുന്ന കാട്ടുതീ കാണാം. പിന്നെ, ഇനിയും പിറക്കാൻ മടിക്കുന്ന കുഞ്ഞുങ്ങളെക്കുറിച്ച് സ്വപ്നങ്ങൾ പറയാം.

"സീ... യു ഹാവ് ടു പേ ഫോർ ദ റൂം." മുഖത്ത് ചുവന്ന കുത്തുകളുള്ള ചെറുപ്പക്കാരൻ പറഞ്ഞു. സുധാകരൻ പെട്ടെന്ന് ഓർമ്മകളിൽ നിന്നുണർന്നു.

"ദാറ്റീസ് നോട്ട് ഫേർ" സുധാകരൻ പറഞ്ഞു. "ദ റൂം ഈസ് ആൾറെഡി പെയ്ഡ് ഫോർ."

ചെറുപ്പക്കാരന്റെ ചുണ്ടിൽ ഒരു നേർത്ത ചിരി വിടർന്നു. ആ ചിരി, പിന്നെ, ഒരു മഞ്ഞുകട്ടപോലെ അയാളുടെ ചുണ്ടുകളിൽ ഉറച്ചുപോയി. ഇനി കൂടുതലൊന്നും പ്രതീക്ഷിക്കേണ്ട എന്ന ഭാവമാണ് ആ മുഖത്തിപ്പോൾ.

"ഇറ്റീസ് ആൾറൈറ്റ്. ഐ ആം റെഡി ടു പേ." ആ ചുവന്ന ബാഗിന്റെ കൊളുത്തുകൾ ഊരിക്കൊണ്ട് ആശ പറഞ്ഞു. അവരുടെ ശബ്ദത്തിൽ ക്ഷീണവും സഹനവും സമർപ്പണവുമൊക്കെ നിറഞ്ഞുനിന്നിരുന്നു.

സുധാകരൻ താക്കോൽഞാത്ത് കൈയിലിട്ടമർത്തിക്കൊണ്ട് പെട്ടെന്ന് രോഷമൊതുക്കി. ചെറുപ്പക്കാരന്റെ ചുണ്ടുകളിലെ തണുത്ത പുഞ്ചിരി

അപ്പോഴും മാഞ്ഞിരുന്നില്ല. ചെമ്പൻമുടി ഇടംകൈകൊണ്ട് ഒന്നൊതുക്കിക്കൊണ്ട് അയാൾ പണം വാങ്ങി കൗണ്ടറിന്റെ ഡ്രോയറിലിട്ടു.

ഇതയാൾക്കാണ്, സുധാകരൻ വിചാരിച്ചു. ഇതിന് രേഖകളൊന്നുമുണ്ടാവില്ല. വെറുതെ, ഒരു ജോലിയും ചെയ്യാതെ, നാനൂറുരൂപ, ചെറുപ്പക്കാരന്റെ പോക്കറ്റിൽ വീണിരിക്കുന്നു.

പെട്ടെന്ന് സുധാകരന് ചെറുപ്പക്കാരനോട് കഠിനമായ അവജ്ഞ തോന്നി.

സുധാകരൻ ലിഫ്റ്റിനു നേരെ നടന്നു. പിന്നാലെ ആശയും. ലിഫ്റ്റിന്റെ മിനുസമുള്ള ഭിത്തിയിൽ ചാരിനിന്നുകൊണ്ട് ആശ ആശ്വാസത്തോടെ കണ്ണുകളടച്ചു. ഇളംമഞ്ഞ സാരിയുടെ മുകളിലേക്ക് ഞാന്നു കിടക്കുന്ന സ്വർണനൂലിലേക്കും നൂലിന്റെ അറ്റത്തെ കുരിശിലേക്കും സുധാകരൻ അപ്പോൾ നോക്കി. അലങ്കാരപ്പണികൾ ചെയ്തുണ്ടാക്കിയ ചെറിയ കുരിശ്. പിന്നെ, അയാളുടെ കണ്ണുകൾ അവരുടെ മാറിടത്തിന്റെ മുഴുപ്പിലും ഒരു ക്ഷണം തങ്ങിനിന്നു. അയാളുടെ മനസ്സിൽ അപ്പോൾ ഒരു നഖം ഊർന്നിറങ്ങി വീണ്ടും മുകളിലേക്കു കയറുന്നത് അയാളറിഞ്ഞു.

പൊടുന്നനെ കണ്ണുകൾ പിൻവലിച്ചു.

ലിഫ്റ്റ് മൂന്നാംനിലയിൽ നിന്നപ്പോഴാണ് ആശ കണ്ണുകൾ തുറന്നത്. ഒരുറക്കം കഴിഞ്ഞുണരുന്നതിന്റെ നിഷ്കളങ്കതയും ആശ്വാസവും അപ്പോൾ ആ കണ്ണുകളിൽ നിറഞ്ഞുനിന്നിരുന്നു.

മുന്നൂറ്റിപന്ത്രണ്ടാംമുറിയുടെ സോഫയിലേക്ക് ചുവന്ന ബാഗ് വെച്ചുകൊണ്ട് ആശ പറഞ്ഞു.

"ഐ ഡു നോട്ട് നോ ഹൗ ടു താങ്ക്യൂ."

സുധാകരൻ ഒരുപചാരം പിറുപിറുത്തു. ആശ അത് കേട്ടിട്ടുണ്ടാവില്ല. ഒരു നിമിഷം, വലിയ കണ്ണുകൾ ഒന്നുകൂടി വിശാലമാക്കിക്കൊണ്ട് അവർ അയാളെ നോക്കി. പിന്നെ ബാഗ് തുറന്ന് ഒരു ചെറിയ ബാത്ടൗവലെടുത്ത് കുളിമുറിയിലേക്ക് നടന്നു.

ഒരുമിച്ചു കൂട്ടിയിട്ടിരുന്ന കട്ടിലുകൾ നീക്കിയിട്ടു, സുധാകരൻ. പിന്നെ, ജനലോരത്തെ കസേരയിലിരുന്ന്, കർട്ടൻ നീക്കി, താഴെ, ചേരിപ്രദേശത്ത് കുന്തിച്ചിരുന്ന് ഉറക്കെയുറക്കെ സംസാരിക്കുന്ന സ്ത്രീകളെയും പരന്നു കിടക്കുന്ന പുല്ലിൽ എന്തോ പരതുന്ന അർദ്ധനഗ്നരായ പുരുഷന്മാരെയും നോക്കി.

ബാത്റൂമിൽ വെള്ളം വീഴുന്ന ശബ്ദം. കൂടെ, നേർത്ത ശബ്ദത്തിൽ ഒരു ഹിന്ദി സിനിമാഗാനത്തിന്റെ ഈണം. സുധാകരൻ കേട്ടിട്ടില്ലാത്ത ഏതോ പാട്ടാണ്.

സുധാകരൻ എഴുന്നേറ്റു പെട്ടി തുറന്നു. വലത്തെ മൂലയിൽ പിന്നറ്റത്ത് താഴെ സാരികൾക്കിടയിലാണ് കുപ്പിവെച്ചിരിക്കുന്നത്. അയാളത് പുറത്തെടുത്തു. എടുക്കുന്നതിനിടെ ലോൺ സ്പ്രിംഗ്ളർ അയാളുടെ വിരലുകളിൽ തടഞ്ഞു. പെട്ടെന്ന്, ഹോസ് നീട്ടിപ്പിടിച്ച് പുൽത്തകിടി

നനയ്ക്കുന്ന വിമലയുടെ ചിത്രം അയാളുടെ മനസ്സിൽ ഒരു നിമിഷം മിന്നി മറഞ്ഞു.

കുപ്പി തുറന്ന് ഗ്ലാസിൽ വിസ്കിയൊഴിച്ചു. മേശപ്പുറത്തെ ഫ്ളാസ്കിൽ നിന്ന് തണുത്ത വെള്ളമൊഴിച്ചു. ഒരു ശീലം പോലെ സ്വയം ചിയേഴ്സ് പറഞ്ഞു.

പിന്നെ, സുധാകരന്റെ മനസ്സിൽ, ബാത്റൂമിൽ ഷവറിനു താഴെ നിൽക്കുന്ന ആശയുടെ രൂപം പതുക്കെ വന്നു നിറയുകയായി.

ഛെ, മോശം!

സുധാകരൻ മനസ്സിനെ മായ്ക്കാൻ ശ്രമിച്ചു. അയാൾ കടലിനെക്കുറിച്ചും സൂര്യബിംബത്തെക്കുറിച്ചുമൊക്കെ ഓർത്തുകൊണ്ടിരുന്നു.

കടലിന്റെ ശബ്ദം എവിടെയോ അകലെനിന്ന് ആവർത്തനവിരസമായ ഒരു പദ്യംപോലെ ഒഴുകിവരുന്നു.

ആശ പുറത്തുവന്നപ്പോഴേക്കും അയാളുടെ ഗ്ലാസ് മിക്കവാറും ഒഴിയാറായിരുന്നു. അയാൾ ജനലിൽക്കൂടെ ആകാശത്ത് നിരന്നുനിന്ന നക്ഷത്രങ്ങളെ നോക്കിക്കൊണ്ട് ഇരിക്കുകയായിരുന്നു. നക്ഷത്രങ്ങൾക്കു താഴെ വിളറിയ ഒരു ചന്ദ്രക്കല, ഒരു നഖത്തുണ്ടുപോലെ.

ഡ്രെസ്സിങ്ങ് ടേബിളിനു മുന്നിലെ സ്റ്റൂളിലിരുന്നുകൊണ്ട് ആശ ഒരു നിമിഷം അയാളെ നോക്കിയിട്ടുണ്ടാവും... പിന്നെ, പെട്ടെന്ന് അവർ പറഞ്ഞു.

“നമുക്ക് ഭക്ഷണം താഴെ പോയി കഴിക്കാം, അല്ലേ?”

സുധാകരൻ പെട്ടെന്ന് ഞെട്ടി. എവിടെ നിന്നാണ് മലയാളം കേൾക്കുന്നത്? അയാൾ തല ചരിച്ച് ആശയുടെ നേർക്കു നോക്കി. ആശയുടെ കണ്ണുകളിലും ചുണ്ടുകളിലും ഒരു കുസൃതിച്ചിരി. അയാൾ കണ്ണുകൾ ഒന്നുരണ്ടു പ്രാവശ്യം അടച്ചുതുറന്നു. ഈ പഞ്ചാബി സ്ത്രീയാണോ ഇപ്പോൾ മലയാളം പറഞ്ഞത്? അതോ താൻ സ്വപ്നം കണ്ടതോ? ഒരു പെഗ്ഗ് വിസ്കി കഴിക്കുമ്പോഴേക്കും മതിഭ്രമമുണ്ടാകാൻ മാത്രം ക്ഷീണിതനാണോ താൻ? സുധാകരൻ വിചാരിച്ചു.

“ഇപ്പോഴാണ് നിങ്ങളൊരു മലയാളിയാണെന്ന് ഞാനറിഞ്ഞത്.” ഡ്രെസ്സിംഗ് ടേബിളിനു മുകളിലെ മലയാള പുസ്തകത്തിലേക്കു വിരൽ ചൂണ്ടിക്കൊണ്ട് ആശ പറഞ്ഞു: “സീ ഐ വാസ് ബോൺ ആൻഡ് ബ്രോട്ടപ്പ് ഇൻ കൊച്ചിൻ.” കൊച്ചിൻ എന്നത് നീട്ടി കോച്ചിൻ എന്നാണ് ആശ പറഞ്ഞത്. ശബ്ദത്തിലെ ആ ഊഞ്ഞാൽ അയാൾക്ക് ഇഷ്ടപ്പെടുകയും ചെയ്തു.

ആശ പിന്നെ, ഏതോ സ്മരണകളിലേക്ക് ഇറങ്ങിച്ചെല്ലുന്നതുപോലെ ആത്മഗതമായി പറഞ്ഞു:

“ദാറ്റ് വാസ് എ ലോങ്ങ് ടൈം ബാക്ക്...”

സുധാകരൻ പെട്ടെന്ന് കസേരയിൽ നിന്നെഴുന്നേറ്റു.

“വാട്ടെ പ്ലസന്റ് സർപ്രൈസ്.” അയാൾ പറഞ്ഞു. പിന്നെ ഒരാവേശത്തിൽ ചോദിച്ചു. “വിൽ യു ജോയ്ൻ മി ഫോർ എ ഡ്രിങ്ക്?”

“ഇൻ ഫാക്ട്... രണ്ടോ മൂന്നോ പെഗ്ഗ് കഴിക്കാനുള്ള ആർത്തിയുണ്ടെനിക്കിപ്പോൾ...” “വി വിൽ ഗോ ടു ദ റെസ്റ്റോറന്റ്” ആശ കണ്ണാടിയിൽ നോക്കി മുഖം മിനുക്കിക്കൊണ്ട് പറഞ്ഞു.

“ഇത് സ്കോച്ചാണ്.”

“ഓ... ആൾ ആർ സോ... ലൈക് ഹാവ് യു നോട്ട് ഹേഡ്... ആൾ കാറ്റ്സ് ആർ ഗ്രേ ഇൻ ഡാർക്.”

അതു പറഞ്ഞ് ആശ പൊട്ടിച്ചിരിച്ചു. ചിരിച്ചപ്പോൾ അവരുടെ ശരീരമാകെ ഇളകിത്തുളുമ്പി. മഞ്ഞസാരിയുടെ ഞൊറികൾ നേർത്ത തിരകളായി.

“ശരി.” സുധാകരൻ ഗ്ലാസിൽ ബാക്കിയുണ്ടായിരുന്നത് മുഴുവൻ വലിച്ചു കുടിച്ചു. എന്നിട്ട് പറഞ്ഞു.

“നമുക്ക് താഴേക്കു പോകാം.”

ഒരു പുതിയ ലോകത്തിന്റെ വാതിൽ തുറന്നു കിട്ടിയ ആഹ്ലാദമായിരുന്നു സുധാകരന്. ഒരു പുതിയ കളിപ്പാട്ടം കിട്ടിയ കുട്ടിയുടെ ആവേശവും. ജന്മങ്ങൾക്കിടയിലെ ശാന്തതയുടെ തുരുത്തെന്ന് നേരത്തെ കരുതിയത് തെറ്റ്. ഇതാ, ഇപ്പോൾത്തന്നെ നാട്ടിലെത്തിയതുപോലെ തോന്നുന്നു.

പിന്നെ. എന്തോ ഓർത്ത് സുധാകരൻ പറഞ്ഞു: “ഡ്രെസ്സ് ചെയ്ഞ്ച് ചെയ്യാൻ... ഐ ഡു ഹാവ് സം സാരീസ് ഇൻ ദ സ്യൂട്ട്കേയ്സ്.”

“നോ, നോ, നോ.” ഒരു സംഗീതശകലംപോലെ ആശ പറഞ്ഞു. “താങ്ക്സ് ആൾ ദ സേം.”

റെസ്റ്റോറന്റിൽ അഭിമുഖമിരുന്ന് അവർ വിസ്കി കഴിച്ചു. സുധാകരൻ വിമലയെക്കുറിച്ച് സംസാരിച്ചു. മരുഭൂമിയിലെ ജോലിയെക്കുറിച്ച് പറഞ്ഞു. അറബികളെക്കുറിച്ചും ആർഭാടങ്ങളെക്കുറിച്ചും പറഞ്ഞു. പിന്നെ ഏതോ ഒരു നിമിഷത്തിൽ തങ്ങൾക്ക് കുട്ടികളില്ലാത്തതിനെക്കുറിച്ചും പറഞ്ഞു. പാതിരാത്രികളെ നനയ്ക്കുന്ന വിമലയുടെ കണ്ണീരിനെക്കുറിച്ചും അവൾ മനമുരുകി നേരുന്ന നേർച്ചകളെക്കുറിച്ചും പറഞ്ഞു.

അമൃത്സറിലെ കൂട്ടക്കുരുതികളെക്കുറിച്ചാണ് ആശ വിസ്തരിച്ചത്. അവരുടെ ഭർത്താവിന്റെ വലത്തേക്കാല് തുടയിൽവെച്ച് മുറിച്ച് കളയേണ്ടി വന്നതിനെക്കുറിച്ച് പറഞ്ഞു. അഞ്ചുപേർ ചേർന്നാണ് അന്ന് ആശയെ ബലാത്സംഗം ചെയ്തത്. ഭർത്താവിന്റെ കാല് തല്ലിയൊടിച്ചിട്ടിട്ട്. ഭർത്താവിന്റെ കൺമുന്നിൽവെച്ച്.

ആശ മൂന്നുമാസം ആശുപത്രിയിൽ കിടന്നു.

കേരളത്തിന്റേയും പഞ്ചാബിന്റേയും കഥകൾ ഇളകി ഇഴുകിച്ചേർന്നു. ഒഴിയുന്തോറും ഒഴിയുന്തോറും വെയ്റ്റർ അവരുടെ ഗ്ലാസുകൾ നിറച്ചുകൊണ്ടുമിരുന്നു. ആശയുടെ സംഭാഷണത്തിന് അല്പം ഇഴച്ചിൽ വരുന്നതുപോലെ അയാൾക്കു തോന്നി.

“ഇനി മതി കഴിച്ചത്. കൂടുതലായി, ആറുമണിയുടെ ഫ്ളൈറ്റ് കിട്ടലുണ്ടാവില്ല.”

സുധാകരൻ പതുക്കെ പറഞ്ഞു. അപ്പോൾ അയാൾ, വെറുതെ, ആശയുടെ മൃദുലമായ വിരൽത്തുമ്പിൽ സ്പർശിക്കുന്നുണ്ടായിരുന്നു.

“നോ പ്രോബ്ലം...” എന്തോ അലോസരം തുടച്ചുമാറ്റുന്നതുപോലെ കൈയുയർത്തി പതുക്കെ വീശിക്കൊണ്ട് ആശ പറഞ്ഞു. “ഏതായാലും നമുക്ക് ഭക്ഷണം ഓർഡർ ചെയ്യാം. അതു വരുന്നതുവരെ, ഓരോ പെഗ്ഗ് കൂടി.”

റെസ്റ്റോറന്റിന്റെ നേർത്ത വെളിച്ചത്തിൽ, മഞ്ഞ സാരിയിൽ പൊതിഞ്ഞ ആശയുടെ സൗന്ദര്യത്തെക്കുറിച്ച് പെട്ടെന്ന് സുധാകരൻ ബോധവാനാകാൻ തുടങ്ങി. മുകളിലേക്ക് ഉയർത്തിക്കെട്ടിയ മുടി. വീതി കുറഞ്ഞ നെറ്റി. ലഹരി ബാധിച്ച അർദ്ധനിമീലിതങ്ങളായ മിഴികൾ, തുടുത്ത കവിൾ, മലർന്ന ചുണ്ട്.

അയാൾ പിന്നെ, അല്പനേരത്തേക്കു വിമലയെ മറക്കാൻ തുടങ്ങുകയായി. ഭക്ഷണം കഴിച്ചുകൊണ്ടിരുന്നപ്പോൾ സുധാകരന്റെ കാലുകൾ ആശയുടെ കാൽമുട്ടിൽ ഉരയാൻ തുടങ്ങി. ആശ കാല് പിൻവലിച്ചില്ല. പെട്ടെന്ന് സുധാരൻ ചോദിച്ചു.

“അല്ലെങ്കിൽ ആറുമണിയുടെ ഫ്ളൈറ്റിനു പോകണമെന്നെന്താണ്? ഉച്ചയ്ക്കു ശേഷവുമില്ലേ, ഡൽഹിക്കൊരു ഫ്ളൈറ്റ്?”

അവിശ്വസനീയമായ ഒരു കാര്യം കേട്ടതുപോലെ ആശയുടെ പുരികങ്ങൾ വളഞ്ഞുയർന്നു.

“ഇമ്പോസിബിൾ. ഐ ഹാവ് ആനിംപോർട്ടന്റ് മീറ്റിങ്ങ് അറ്റ് ടെൻ. പോകാതെ പറ്റില്ല. ഇനിയൊരുത്തന്റെ പോക്കറ്റിലെ കാശ് നമ്മുടെ പോക്കറ്റിലെത്തണമെങ്കിൽ പാടെത്രയുണ്ടെന്നറിയാമോ?”

സുധാകരൻ ഒന്നും പറഞ്ഞില്ല. ബിസിനസ്സിന്റെ വശങ്ങൾ അയാൾക്ക് അജ്ഞാതമാണ്. ഒരു സ്വിച്ചിടുമ്പോൾ കത്തുന്ന ബൾബുപോലെ പെട്ടെന്ന് പണക്കാരാവുന്നവരെക്കുറിച്ച് അയാൾക്ക് വിസ്മയവുമാണ്. അതൊരു മാന്ത്രികവിദ്യയാണെന്നാണ് അയാളുടെ ധാരണ.

തനിക്കൂഹിക്കാവുന്നതിലുമധികം ജീവിത പരീക്ഷണങ്ങളിലൂടെ കടന്നുവന്ന ഒരു സ്ത്രീയാണ് തന്റെ മുന്നിലിരിക്കുന്നതെന്ന് സുധാകരന് തോന്നി.

“ഞാനൊന്ന് ചോദിച്ചോട്ടേ?” അവരുടെ കാലുകളുടെ മൃദുസ്പർശം തന്റെ കാലുകളിൽ അനുഭവിച്ചുകൊണ്ട്, പിന്നെ അല്പം ധൈര്യം സംഭരിച്ചുകൊണ്ട് സുധാകരൻ ചോദിച്ചു. “എ പ്യൂർലി സൈക്കോളജിക്കൽ ക്വസ്റ്റ്യൻ... നമ്മൾ ഫിക്ഷനിലൊക്കെ വായിക്കാറില്ലേ? ചിലപ്പോൾ എന്തെങ്കിലും ഫാന്റസിയാവാം... ഫ്രാങ്ക്‌ലി... ഡിഡ്യു എൻജോയ് ഇറ്റ്?”

"വാട്ട്?"

"റേപ്പ്?"

ആശ തല പിന്നോക്കം ചെരിച്ച് ഉറക്കെയുറക്കെ ചിരിച്ചു. പെട്ടെന്നുള്ള ആ ചിരി കേട്ട് മറ്റു മേശയ്ക്കരികെ ഇരിക്കുന്നവർ തലചെരിച്ച് നോക്കുന്നത് സുധാകരൻ അറിഞ്ഞു. അയാൾ കാലുകൾ പിൻവലിച്ചു.

"ഹെൽ! നോ..." പിന്നെ, ചിരിയൊതുക്കി, കിതപ്പൊതുക്കി, സ്വരമൊതുക്കി ആശ പറഞ്ഞു. "ബട്ട് ലുക്കിങ്ങ് ബാക്ക് അറ്റിറ്റ്. ആഫ്റ്റർ ആൾ ദിസ് യേഴ്സ്... മേ ബി... ജസ്റ്റ് മേബി... ഐ മൈറ്റ് ഹാവ് അറ്റ് വൺ മോമന്റ് ഫെൽറ്റ്... യൂ നോ..." ആശ വാക്കുകൾക്കുവേണ്ടി പരതി. എന്നിട്ട് പറഞ്ഞു. "ത്രിൽഡ്."

കടലിന്റെ ശബ്ദം അയാളുടെ കാതുകളിൽ മുഴങ്ങുന്നു. അയാളുടെ മനസ്സിൽനിന്ന് കൂർത്തനഖങ്ങൾ ഊർന്നിറങ്ങുന്നു. നഖങ്ങൾ മനസ്സിലെ ചുവരുകളിൽ മാന്തിക്കൊണ്ട് നിൽക്കുന്നു.

ബില്ല് കൊടുക്കാൻ ആശ സമ്മതിച്ചില്ല. അവർ നിർബന്ധിച്ചു പറഞ്ഞു. എന്റെ കുട്ടിക്കാലത്തെ കേരളത്തിന്റെ ഓർമ്മയ്ക്ക്. ഏറെ വർഷങ്ങൾക്കുശേഷം മലയാളിയായ ഒരു സുഹൃത്തിനെ കുറച്ചു മണിക്കൂറുകൾക്ക് കിട്ടിയതിന്റെ സന്തോഷത്തിന്. ഇല്ല. സമ്മതിക്കില്ല. കൺസിഡർ ദിസീസ് മൈ ബർത്ത്ഡേ പാർട്ടി.

"ഈസിറ്റ് റിയലി?"

"റിയലി വാട്ട്?"

"യുവർ ബർത്ത്ഡേ."

"നോ. ഐ സെഡ് ഇമാജിൻ."

തിരിച്ചു മുറിയിലേക്ക് അവർ പതുക്കെയാണ് നടന്നുപോയത്. ലിഫ്റ്റിൽ കയറിയപ്പോൾ ചുമലുകൾ ഉരുമ്മുമാറ് അത്ര അടുത്താണ് നിന്നതും. ആശയുടെ ശരീരത്തിൽനിന്ന് അപരിചിതമായ ഒരു സുഗന്ധം ഉയരുന്നുണ്ടായിരുന്നു.

മുറിയിലെത്തിയ ഉടനെ ആശ പെയ്സ്റ്റെടുത്ത് ബ്രഷ് ചെയ്യാനായി ബാത്ത്റൂമിലേക്ക് കയറി. സുധാകരൻ പാന്റ് മാറ്റി ലുങ്കിയുടുത്തു. ഷർട്ടഴിച്ച് കബോഡിൽ തൂക്കിയിട്ടു. പിന്നെ, ക്ഷീണത്തോടെ, മെത്തയുടെ പതുപതുപ്പിലേക്ക്, കരിമ്പടത്തിനുള്ളിലേക്ക് നുഴഞ്ഞിറങ്ങി.

അപ്പോഴോ, ആരോ ഒരു ഗുഡ്നൈറ്റ് പറഞ്ഞുവോ?

ചെറുതായൊന്ന് മയങ്ങിയിട്ടുണ്ടാവും, സുധാകരൻ. പിന്നെ പൊടുന്നനെ ഞെട്ടിയുണർന്നു. കടലിന്റെ ശബ്ദം ദൂരെ മുഴങ്ങുന്നു. അയാൾ കണ്ണുകൾ തുറന്നു. മുറിയിൽ നിറഞ്ഞ അന്ധകാരം. തൊട്ടടുത്ത ഡ്രെസ്സിങ്ങ് ടേബിളിൽനിന്ന് ഒരു ടൈംപീസിന്റെ ടിക് ശബ്ദം. അതിനുമപ്പുറത്ത് പതിഞ്ഞ, നീണ്ട ശ്വാസോച്ഛ്വാസം.

ഒരുപാടു രക്തം അയാളുടെ സിരകളിലേക്ക് ഇരച്ചുകയറി. അയാളുടെ മയക്കം പൊടുന്നനെ പരിപൂർണമായി കെട്ടുപോയി. മദ്യത്തിന്റെ ലഹരിയും മാന്ദ്യവും തലയിൽനിന്ന് തീരെ ഇറങ്ങിപ്പോയി. തൊട്ടടുത്ത കട്ടിലിൽ ഉറങ്ങുന്ന ആശ എന്ന സുന്ദരിയെക്കുറിച്ച് അയാളുടെ ഞരമ്പുകളിൽ ഇരച്ചുനടന്ന എഡ്രിനാലിൻ ഓർമ്മപ്പെടുത്തി. കൈയെത്തിച്ചാൽ എത്തുന്ന അത്രയ്ക്കും അടുത്ത്.

മനസ്സിന് കൊക്കും നഖങ്ങളും ചിറകുകളും മുളയ്ക്കുകയാണ്.

കരിമ്പടത്തിന്റെ പുതപ്പു നീക്കി സുധാകരൻ പതുക്കെ എഴുന്നേറ്റു. അയാളുടെ മനസ്സ് അപ്പോൾ അടുത്ത കട്ടിലിലേക്കു നീങ്ങി. ആശ പതിഞ്ഞ കൂർക്കംവലിയോടെ ഉറങ്ങുകയാണ്.

ഉറക്കെ മിടിക്കുന്ന ഹൃദയത്തോടെ അയാൾ ആശയുടെ കട്ടിലിൽ കിടന്നു പതുപതുത്ത മേനിയിലേക്ക് കൈയെടുത്തുവെച്ചു. ഒന്നുകൂടി ചേർന്നുകിടന്നു.

ആശ ഒന്നു ഞരങ്ങി.

അയാൾ ഇടംകൈ ഒന്നുകൂടി മുറുക്കി ആലിംഗനം ചെയ്യാൻ തുടങ്ങുകയായിരുന്നു.

"കീപ്പ് ഓഫ് മി." കല്പനപോലെ ഒരു ശബ്ദം കേട്ടു. വിസ്കിയുടെ പുളിച്ചമണം അയാളുടെ മുഖത്തടിച്ചു.

"പ്ലീസ്." സുധാകരൻ പിറുപിറുത്തു. "പ്ലീസ് ആശ."

"ഐ സെഡ് ഗോ എവേ."

സുധാകരൻ പിറുപിറുപ്പോടെ അവരെ കൂടുതൽ അടുപ്പിക്കാൻ ശ്രമിക്കുകയായിരുന്നു. അയാളുടെ വാരിയെല്ലിൽ എന്തോ തടയുന്നു. അയാൾ ഓർമ്മിച്ചു. ആശയുടെ വളകളാണ്. അയാളല്പം മാറിക്കിടക്കാൻ ശ്രമിച്ചു.

"സുധാകരൻ അപ്പുറത്തുപോയി കിടക്കൂ. ഐ വാൺട് ടു സ്ലീപ്പ്."

സുധാകരന്റെ മനസ്സ് വിഭ്രാന്തിയിലായിരുന്നു. അയാളുടെ കൈ ആശയുടെ ശരീരമാകെ പരതുകയായിരുന്നു.

"ബ്ലാങ്കറ്റിന്നിടയിൽക്കൂടെ നിങ്ങളുടെ നെഞ്ചിൽ മുട്ടുന്നത് ഒരു ചെറിയ റിവോൾവറാണ്." ആശ നിർവികാരതയോടെ പറഞ്ഞു. അവരുടെ ശബ്ദം ഫ്രീസറിൽനിന്ന് എടുത്തതുപോലെ ഉണ്ടായിരുന്നു അപ്പോൾ.

"പ്ലീസ്" സുധാകരൻ ഇത്തവണ അപേക്ഷയോടൊപ്പം തേങ്ങി. തന്റെ കണ്ണുകൾ നിറയുകയാണെന്നും അയാൾക്ക് തോന്നി.

"നിങ്ങൾ എഴുന്നേറ്റു പോയില്ലെങ്കിൽ ഐ വോൺട് ഹെസിറ്റേറ്റ് ടു പൂൾ ദ ട്രിഗർ."

സുധാകരന്റെ കൈകൾ പെട്ടെന്ന് നിശ്ചലമായി. വലത്തേ വാരിയെല്ലിൽ അമരുന്ന ലോഹത്തിന് ശക്തിയേറുന്നതുപോലെ അയാൾക്കു തോന്നി.

"യൂസീ..." ആശ വീണ്ടും പതുക്കെ, നിസ്സംഗതയോടെ, ഇഴയുന്ന ശബ്ദത്തിൽ പറയാൻ തുടങ്ങി. "വളരെ എളുപ്പത്തിൽ എനിക്ക് നിങ്ങളെ കൊല്ലാൻ കഴിയും. ആരും അറിയില്ല. എന്റെ പേരുപോലും ഈ ഹോട്ടലിലെ രജിസ്റ്ററിലില്ല. ബൈ ദ ടൈം ദേ ഫൈൻഡ് യുവർ ബോഡി, ഐ വിൽ ബി മൈൽസ് എവേ."

സുധാകരന്റെ സിരകൾ തണുത്തു. അയാൾ പെട്ടെന്ന് എഴുന്നേറ്റു. ആശ അപ്പോൾ അടക്കിച്ചിരിക്കുകയാണെന്ന് അയാൾക്കു തോന്നി. അയാളുടെ നിറഞ്ഞ കണ്ണുകൾ കവിളിലേക്ക് തുളുമ്പി.

ഉറക്കം വരാതെ, പ്രഭാതമാവുന്നതും കാത്തുകിടക്കുന്ന വിമലയെക്കുറിച്ച് പെട്ടെന്ന് സുധാകരൻ ഓർത്തു.

അയാളുടെ മനസ്സ് വിങ്ങി.

ചെറിയ ബൾബ് തെളിഞ്ഞു. നേർത്ത വെളിച്ചത്തിൽ സുധാകരന്റെ വിയർത്ത മുഖം ആശ കണ്ടു. അവർ ബ്ലാങ്കറ്റിന്നടിയിൽനിന്ന് പുറത്തിറങ്ങി. പാവാടയും ബ്ലൗസും മാത്രം ധരിച്ച അവരുടെ ഇടത്തെകൈയിൽ ഒരു ചെറിയ കൈത്തോക്കുണ്ടായിരുന്നുവെന്നത് നേർ. സുധാകരൻ വിറയലോടെ കണ്ടു.

സുധാകരന്റെ തളർന്ന പച്ച മുഖത്തേക്കു നോക്കിക്കൊണ്ട് ആശ ഒരു നിമിഷം നിന്നു. പിന്നെ, പതുക്കെ നടന്നുപോയി മേശപ്പുറത്തെ ഗ്ലാസുകളിലേക്ക് വിസ്കി ഒഴിച്ചു. ഒരു ഗ്ലാസ് സുധാകരന് നീട്ടി.

"ടെയ്ക്കിറ്റ്." ആശ പറഞ്ഞു. "ആൻഡ് റിലാക്സ്."

ഒറ്റവലിക്ക് സുധാകരൻ വിസ്കി വലിച്ചു കുടിച്ചു. ആശ വീണ്ടും ഗ്ലാസ് നിറച്ചു. സുധാകരൻ അതും പെട്ടെന്ന് കുടിച്ചുതീർത്തു.

ഓരോ സിപ്പായി വിസ്കി നുണഞ്ഞുകൊണ്ട് ആശ മേശയ്ക്കരികിൽത്തന്നെ നിൽക്കുന്നു.

മൂന്നാമത്തെ ഗ്ലാസ് കഴിഞ്ഞതോടെ സുധാകരന്റെ വിറയൽ ഒട്ടൊന്ന് സമാധാനപ്പെട്ടിരുന്നു.

"കിടന്നോളൂ." ഇപ്പോൾ ശബ്ദത്തിലല്പം കരുണ കലർത്തിക്കൊണ്ട് ആശ പറഞ്ഞു. അനുസരണയുള്ള ഒരു കുട്ടിയെപ്പോലെ അയാൾ ബ്ലാങ്കറ്റിനകത്തേക്ക് ചുരുണ്ടു. മുഖം പൊത്തി കമിഴ്ന്നുകിടന്നു.

ലൈറ്റണഞ്ഞു.

അപ്പുറത്തെ കട്ടിൽ ഞരങ്ങി. ആശ ആത്മഗതംപോലെ പറയുന്നതു കേട്ടു.

"ആൾ കാറ്റ്സ് ആർ ഗ്രേ ഇൻ ഡാർക്ക്." പിന്നെ ഇക്കിളിപ്പെട്ടതുപോലെ ഒരടക്കിപ്പിടിച്ച ചിരിയും സുധാകരൻ അർദ്ധബോധത്തിനിടയിലൂടെ കേട്ടു. അയാളുടെ തലയ്ക്കുള്ളിൽ അന്നേരം അനേകം വണ്ടുകളുടെ കരിംചിറകുകളുണർന്നു.

ആരോ കുലുക്കിവിളിക്കുന്നു. അയാൾ കണ്ണുകൾ തുറന്നു. അസഹ്യമായ തലവേദനയുണർത്തുമാറ് മുറിനിറയെ വെളിച്ചം. ചുകന്നു കലങ്ങിയ കണ്ണുകൾ തുറന്നത് ആശയുടെ മുഖത്തേക്ക്. മുഖത്ത് ശാന്തമായ ഒരു മന്ദഹാസവുമായി ആശ.

"ഉറങ്ങിക്കോളൂ." ആശ പറഞ്ഞു. "ഞാൻ യാത്ര പറയാനുണർത്തിയതാണ്."

സുധാകരൻ എഴുന്നേൽക്കാൻ ശ്രമിച്ചു.

"ഡോൺട് ബോതർ" കൈയുയർത്തിക്കൊണ്ട് ആശ പറഞ്ഞു. പിന്നെ, അവർ പൊടുന്നനേ കുനിഞ്ഞ് സുധാകരന്റെ നെറ്റിയിൽ ചുംബിച്ചു. ധൃതിയിൽ പുറത്തേക്കു നടക്കുന്നതിനിടെ പറഞ്ഞു.

"വിമലയോട് ഒരു ദീദിയുടെ അന്വേഷണം പറയൂ. വീ വിൽ മീറ്റ് എഗേൻ... സം ഡേ... സംവേർ..."

ഒരു മിന്നൽപോലെ. മഞ്ഞസാരിയും ചുകന്ന ബാഗും വാതിൽ തുറന്ന് പുറത്തേക്കു പോയി.

അരനിമിഷം കഴിഞ്ഞ് വാതിൽ തുറക്കുന്നതു കണ്ടു. ആശയുടെ മലർന്ന ചുണ്ടുകളും ചിരിയും മുഖവും വീണ്ടും വാതിൽക്കൽ.

"വിമല ഭാഗ്യവതിയാണ്. യൂസീ... ഐ ഹാവ് കിൽഡ് ടു ബിഫോർ... ഗുഡ്ബൈ."

വാതിലടഞ്ഞു.

സുധാകരൻ കണ്ണുകൾ ഒന്നടച്ചു തുറന്നു.

മുറിയിലെ വെളിച്ചത്തിന് തീക്ഷ്ണത ഏറിയിരിക്കുന്നു. മുറിയുടെ ബാലൻസ് ആകെ നഷ്ടപ്പെട്ടതുപോലെ.

ദൂരെ, കടലിന്റെ ഇരമ്പം.

ഡ്രെസ്സിങ്ങ് ടേബിളിനു മുകളിൽ ഒരു ചെറിയ ടൈംപീസ്.

ഇതാ, ഇത് ആശയുടെ ടൈംപീസാണ്. അയാൾ കിടന്ന കിടപ്പിൽ തന്നെ കൈയെത്തിച്ച് ടൈംപീസെടുത്ത് തിരിച്ചും മറിച്ചും നോക്കി അവിടെത്തന്നെ വെച്ചു.

സമയം നാലര!

സുധാകരൻ കട്ടിലിൽ എഴുന്നേറ്റിരുന്നു.

■

കുന്നിന്റെ മുകളിലെ ചെറിയ കോട്ട

കുന്നിന്റെ ചുമല് ചെത്തിയിറക്കിയിട്ടാണ് റോഡുണ്ടാക്കിയിരിക്കുന്നത്. അതുകൊണ്ടു റോഡിന് വീതി വല്ലാതെ കുറഞ്ഞുപോയി. രാജവീഥി യിലേക്കു കയറാനുള്ള ഈ ചെറിയ ഉപപാതയ്ക്ക് ഇത്രയൊക്കെ വീതി മതിയെന്ന് വഴിവെട്ടിയവർ കരുതിയിട്ടുമുണ്ടാവാം.

കുന്നിനും ഒരു വിഷണ്ണഭാവം. ഉഷ്ണകാലത്തെ ഉച്ചയുറക്കത്തിൽ നിന്ന് എന്തോ കേട്ടുവെന്നു തോന്നി, വെറുതെ ഞെട്ടിയുണർന്നവനെ പ്പോലെ. കുന്ന് അത്ര വലുതൊന്നുമല്ല. ഒരിത്തിരിക്കുന്ന്, എതിരെയുള്ള മൂന്നുനില കെട്ടിടത്തിന്റെ ഒപ്പമെത്താനേയുള്ളൂ.

"അച്ഛാ, ഇന്നേതായാലും നമുക്കവിടെ കയറിപ്പോകണം, അല്ലേ?"

-വസുന്ധര പറഞ്ഞു.

ഹരിഗോവിന്ദൻ ചിരിച്ചു. പോകാമെന്നോ വയ്യെന്നോ അയാൾ പറ ഞ്ഞില്ല. കുന്നിനു മുകളിൽ കിരീടംപോലെ ഒരു കോട്ട. പണ്ടെന്നോ നാടു വഴികളുണ്ടാക്കിയ മൺകോട്ട.

"വസുന്ധര..."

"ഉം?"

"അവിടെ കാണാനൊന്നുമില്ലല്ലോ."

പതിവുപോലെ ഹരിഗോവിന്ദൻ പറയുകയായി.

അവിടെയെന്നല്ല, ഈ മരുഭൂമിയിലാകെ കാണാനൊന്നുമില്ല. എന്താണു ള്ളത്? അയാൾ സ്വയം ചോദിച്ചു. രാവും പകലും വർണങ്ങൾ വിതറി ത്തെറിപ്പിക്കുന്ന, സുൽത്താന്റെ കൊട്ടാരമോ? കുന്നുകളുടെ നടുവിൽ ഒറ്റപ്പെട്ട കുട്ടിയെപ്പോലെ പരിഭ്രമിച്ചു നിൽക്കുന്ന, റോഡുവക്കിലെ പതിനഞ്ചു നില കെട്ടിടമോ? ചുറ്റും ചൂടുതട്ടി ആലസ്യപ്പെട്ടു കിടക്കുന്ന വൃദ്ധന്മാരായ ഈ പാറക്കുന്നുകളോ?

എണ്ണശുദ്ധീകരണശാലയോ?

അല്ലെങ്കിൽ, ഒട്ടകം മേച്ചു നടക്കുന്ന ബദുക്കളുടെ, ഉണങ്ങിയ ഈന്തപ്പനയോലകൊണ്ടുണ്ടാക്കിയ താത്ക്കാലിക പാർപ്പിടങ്ങളോ?

എന്താണുള്ളത്? കേൾക്കട്ടെ.

"വസുന്ധരയ്ക്ക് കാണാൻവേണ്ടി ആ മൺകോട്ടയ്ക്കുള്ളിൽ എന്താണുള്ളത്?"

രാജവീഥിക്കും കുന്നിനുമിടയിലെ പാർക്ക് ഈയിടെ മുളച്ചതാണ്. ഇത്തിരി പുതുമഴയേറ്റ മണ്ണിന്റെ സുഗന്ധമുണ്ട്. പാർക്കിലെ ഉച്ചവെയിൽ കുടിച്ച് മദം കയറിയ പുല്ലിന് ഇളംചൂട്.

നിത്യകല്യാണിച്ചെടികളും ചെറിയ അരളിച്ചെടികളും പിന്നെ അയാൾക്കറിയാത്ത ഏതൊക്കെയോ ചെടികളും സമൃദ്ധമാണ് പാർക്കിൽ. നിത്യകല്യാണിയെന്ന പേര് ഇവിടെ വന്നതിൽപ്പിന്നെയാണ് കേൾക്കുന്നത്. മുമ്പൊക്കെ അയാളതിനെ ശവംനാറിയെന്നാണു വിളിക്കാറ്.

വലിയ പാതയ്ക്കപ്പുറത്തു കടൽ. കടലിലേക്ക് പോക്കുവെയിലിറക്കിപ്പിടയുന്നു, സൂര്യൻ.

വസുന്ധര പിന്നെയും പറഞ്ഞു:

"ഒന്നു കേറി നോക്ക് അച്ഛാ..."

അയാൾ കഷണ്ടി കയറിയ തലയിലെ നരച്ച രോമങ്ങളിൽ പതുക്കെ തലോടി.

സ്ലാക്കിനും ബനിയനും ഉള്ളിൽ, ശരീരത്തിൽ വിയർപ്പു പൊടിഞ്ഞു പൊടിഞ്ഞ് ചെറിയ ചാലുകളാവുന്നു.

ഉഷ്ണകാലത്ത്, ഇങ്ങനെ വൈകുന്നേരം പുറത്തിറങ്ങുന്നതുതന്നെ ഹരിഗോവിന്ദന് ഇഷ്ടമല്ല. തണുപ്പിച്ച മുറിയിൽ, അല്പം ബിയറും കഴിച്ചുകൊണ്ടിരുന്ന് വല്ലതും വായിക്കുകയോ അല്ലെങ്കിൽ ടെലിവിഷൻ കണ്ടുകൊണ്ടിരിക്കുകയോ ആണ് വേണ്ടത്.

വസുന്ധരയ്ക്കുവേണ്ടിയാണ്. എത്രനേരം, എത്ര ദിവസം, അവളിങ്ങനെ ഫ്ളാറ്റിനുള്ളിൽ അടച്ചുപൂട്ടിയിരിക്കും?

തൊട്ടപ്പുറത്ത് ഒരു അറബിയും ഭാര്യയും വന്നിരുന്നു. തിളങ്ങുന്ന വെള്ള ഡിഷ് ഡാഷ്. തൂവെള്ള ശിരോവസ്ത്രം. ശിരോവസ്ത്രത്തിന്റെ നെറ്റിത്തുമ്പിനു താഴെ, നേർത്ത പുരികത്തിനും താഴെ, ചിരിക്കുന്ന കണ്ണുകൾ.

അറബിസ്ത്രീയുടെ ചിത്രത്തിലെഴുതിയതുപോലെയുള്ള കണ്ണുകളും മൂടുപടത്തിനുള്ളിലൂടെ ചിരിച്ചു.

ടെലിവിഷൻ വിൽക്കുന്ന കടയുടെ മുന്നിലെ വളവ് തിരിയുമ്പോഴേ വസുന്ധര പറഞ്ഞിരുന്നു:

"ഇന്ന് ആ കോട്ടയ്ക്കുള്ളു കാണാൻ കഴിയുമോ?"

കഴുത്തിൽ നീണ്ടുകിടക്കുന്ന മുത്തുമാല തെരുപ്പിടിച്ചുകൊണ്ട്, അവൾ പിന്നെ ഏതോ ഇംഗ്ലീഷ് പാട്ടിന്റെ രാഗം മൂളി.

കോളേജ് തുറക്കാറായി.

വെക്കേഷൻ കഴിയാറായി.

എനിക്ക് ഇന്ത്യയ്ക്ക് മടങ്ങിപ്പോകാറായി.

കാറിലിരിക്കുമ്പോൾ രാഗം മൂളുന്ന സ്വഭാവം വസുന്ധരയുടെ അമ്മയ്ക്കുമുണ്ടായിരുന്നു. അത് പക്ഷേ ഇംഗ്ലീഷ് പാട്ടിന്റെ രാഗങ്ങളൊന്നുമാവില്ല. ഏതെങ്കിലും പഴയ കവിതകൾ, അല്ലെങ്കിൽ ഏതെങ്കിലും നാമസങ്കീർത്തനങ്ങൾ.

മുത്തശ്ശി ചൊല്ലിക്കൊടുത്ത് ഉഷഃസന്ധ്യകളിൽ ഉരുവിട്ടു മനഃപാഠമാക്കിയ ഈശ്വരസ്തോത്രങ്ങൾ.

തലമുടി കവിളുകളിൽ വീണുലയുമാറ് തലകുലുക്കിച്ചിരിക്കും, അവൾ. വെറുതെ, വെറുതെ...

ഇതാ, കുറച്ചുമുമ്പ് വസുന്ധര ചെയ്തതുപോലെ തന്നെ.

നിലത്തിഴയുന്ന നീല മാക്സിത്തുമ്പു വകഞ്ഞുവെച്ച് മടമ്പു പൊന്തിയ ചെരിപ്പിന്റെ മുന്നറ്റം പതുക്കെപ്പൊക്കി, കാറിന്റെ നിലത്ത് താളം തട്ടിക്കൊണ്ട്...

കാൽമുട്ടുകളുയർത്തി വിരൽത്തുമ്പുകൊണ്ട് കാൽനഖങ്ങളിൽ തലോടി, മുട്ടുകളിൽ കവിൾ ചെരിച്ചുവെച്ച്, മറുപടി കാത്തിരുന്നു വസുന്ധര.

അറബിയും ഭാര്യം ഉറക്കെ വർത്തമാനം പറഞ്ഞു ചിരിക്കുന്നത് ഹരിഗോവിന്ദൻ കേട്ടു. ഇടയ്ക്കിടെ അറബി തല ചെരിച്ച് ഭാര്യയുടെ കണ്ണുവെട്ടിച്ച് വസുന്ധരയെ രഹസ്യമായി നോക്കി.

കടലിൽ ദൂരെ കപ്പലുകളിൽ വിളക്കുകൾ കത്താൻ തുടങ്ങിയിരിക്കുന്നു. വെയിലാറുന്നതിനുമുമ്പുതന്നെ.

ഏതോ ഒരു കപ്പലിന്റെ സൈറണും ഇങ്ങടുത്തുവരെ എത്തി.

റോഡിലൂടെ കാറുകൾ തിരക്കിട്ടു പാഞ്ഞുകൊണ്ടേയിരുന്നു. പാർക്കിനടുത്തെത്തുമ്പോൾ ചിലവ സ്പീഡ് കുറഞ്ഞോടി. അവയ്ക്കുള്ളിൽനിന്ന് ശിരോവസ്ത്രം തൂങ്ങുന്ന മുഖങ്ങൾ എത്തിനോക്കി.

"അച്ഛാ..."

"നോക്ക് മോളേ, ഈ ഉയരം കയറാനൊന്നും നിന്നെക്കൊണ്ടാവില്ല."

അവൾ ചിരിച്ചു. ചിരിച്ചപ്പോൾ അവളുടെ കണ്ണുകൾ ഒന്നുകൂടി വലുതായി. അദ്ഭുതംപോലെ.

ചുമലിനു താഴെവെച്ച് ഒപ്പം മുറിച്ച മുടി മുന്നിലേക്കിറങ്ങിവന്നു പിണച്ചുവെച്ച കൈകളിൽ ഉരഞ്ഞു.

കോളേജിൽനിന്നു തിരഞ്ഞെടുക്കപ്പെട്ട പർവതാരോഹകസംഘത്തിന്റെ കൂടെ അന്നപൂർണയുടെ കടയ്ക്കലെ, ഏതോ മലയുടെ പകുതി കയറിയിരിക്കുന്നു വസുന്ധര.

അന്നു പത്രത്തിൽവന്ന ഫോട്ടോ വെട്ടി അയച്ചുതന്നത് ഹരിഗോവിന്ദന്റെ ആൽബത്തിലുണ്ട്. അധികമൊന്നുമായിട്ടില്ല. കഴിഞ്ഞ മാർച്ചിലോ ജൂണിലോ മറ്റോ.

അയാളുടെ ആൽബത്തിൽ ഒരുപാടു ഫോട്ടോകളൊന്നുമില്ല. ഒരു വിവാഹഫോട്ടോ, മധുവിധുകാലത്തെ ഒന്നുരണ്ടു ഫോട്ടോ. വസുന്ധരയും അമ്മയും ചേർന്നുള്ള ഒരു ഫോട്ടോ. വസുന്ധരയുടെ തനിച്ചു രണ്ടുമൂന്നു ഫോട്ടോ. കുറച്ച് ഓഫീസിലെ സുഹൃത്തുക്കളുടെ ഫോട്ടോകൾ.

കഴിഞ്ഞു. ആകെ എട്ടോ പത്തോ.

രാജശേഖരപ്പണിക്കരുടെയും കെ.ആർ. നായരുടെയും ഒക്കെ ആൽബങ്ങളിൽ നിറയെ നിറയെ ഫോട്ടോകളാണല്ലോ. അഞ്ചും ആറും ആൽബങ്ങളിൽ. കുട്ടികളുടെ ചോറൂണിന്റെയും ബന്ധുക്കളുടെ കല്യാണത്തിന്റെയും തുടങ്ങി, ആഴ്ചയ്ക്കാഴ്ചയ്ക്കു നടത്തുന്ന പാർട്ടികളുടേതുവരെ.

ഹരിഗോവിന്ദന് ആകെ ഒരൊറ്റ ആൽബമേയുള്ളൂ. അതിൽത്തന്നെ പകുതിയിലേറെ പേജുകൾ ഒഴിഞ്ഞുകാത്തുകിടക്കുന്നു.

വസുന്ധരയുടെ അമ്മ ഇവിടെ ഉണ്ടായിരുന്നുവെങ്കിലോ? അയാളുടെ ആൽബത്തിലും ഫോട്ടോകൾ നിറയുമായിരുന്നു. ഹരിഗോവിന്ദൻ വെറുതെ പൊങ്ങച്ചം വിചാരിച്ചു.

എത്ര വർഷങ്ങളായി!

പതിമ്മൂന്നോ പതിന്നാലോ?

കൃത്യമായി ഓർമ്മയില്ല. ഒരു മഴക്കാലമാണെന്നേ ഓർമ്മയിലുള്ളൂ.

ഷോക്കുതട്ടി കരുവാളിച്ച നെറ്റിച്ചെരുവുകളിലേക്കാണ് ആദ്യം നോക്കിപ്പോയത്.

വസുന്ധരയുടെ അമ്മേ...

കോരിച്ചൊരിയുന്ന മഴ. ചാഞ്ഞുനിന്ന തകരപ്പാത്തികളിലുരഞ്ഞു ശബ്ദമുണ്ടാക്കിക്കൊണ്ടു നടുമുറ്റത്തേക്കു വെള്ളച്ചാലുകൾ വീഴ്ത്തിയ മഴ.

നഖംകൊണ്ടു വരഞ്ഞു ചോരപ്പാടുവീണ മുഖം. അവിടവിടെ, ഓർമ്മപോലെത്തന്നെ, പിഞ്ഞിപ്പോയ വസ്ത്രങ്ങൾ.

വസുന്ധരയുടെ അമ്മേ...

വലതുകാലുയർത്തി മടക്കി പിൻഭാഗത്ത് ചുമരിന്മേൽ പാദം അമർത്തി വെച്ച്, കണ്ണുകളിൽ അപരിചിതത്വത്തിന്റെ വിളർത്ത ചിരിയുമായി നിന്നു വസുന്ധരയുടെ അമ്മ.

വസുന്ധരയ്ക്കും ഇതാ അതേ വലിയ കണ്ണുകളാണ്. ഇമതൂർന്നു നിൽക്കുന്ന, ഇടയ്ക്കിടെ പിടയുന്ന, കണ്ണുകൾ.

വസുന്ധരയുടെ അമ്മേ...

മനസ്സിന്റെ ഏതെങ്കിലും മൂലയിൽ മുമ്പു ചൊല്ലിയ ശ്ലോകങ്ങളുടെ മുറിഞ്ഞു മുറിഞ്ഞ പദങ്ങളെങ്കിലും ഉണ്ടായിരുന്നുവെങ്കിൽ എന്ന് ഹരി ഗോവിന്ദൻ അപ്പോൾ ആശിച്ചു.

വസുന്ധരയോട് അമ്മയെപ്പറ്റി പറയാൻ വയ്യ. മുമ്പൊക്കെ ചോദ്യങ്ങളുടെ മുന്നിൽ വല്ലാതെ കുഴങ്ങിപ്പോകാറുണ്ടായിരുന്നു ഹരിഗോവിന്ദൻ.

പിന്നീടതു ശീലമായി.

അതുകഴിഞ്ഞ് അവൾ ചോദിക്കാതെയുമായി.

"അച്ഛാ..."

പാർക്കിന്റെ അരമതിലിനപ്പുറത്ത്, റോഡരുകിൽ, ഒരു ചെറിയ പിക്കപ്പ് ലോറി വന്നു നിന്നു. കുറെ അറബിക്കുട്ടികൾ അതിന്മേൽ കയറിക്കൂടി തട്ടിന്മേൽ കൂത്തു പോലെയോ മറ്റോ, പല അംഗവിക്ഷേപങ്ങൾ കാട്ടി തുള്ളാനും തുടങ്ങി.

അയാൾ കുന്നിന്റെ മുകളിലേക്കു വെറുതെ നോക്കി.

ഇവിടെ താഴെനിന്നു നോക്കിയാൽ, കൈയിലൊതുക്കാവുന്ന ഒരു കളിപ്പാട്ടംപോലെ ചെറുതാണ് കോട്ട. പണി മുഴുമിപ്പിക്കാത്ത മൺകളിപ്പാട്ടം പോലെ. മഞ്ഞകലർന്ന തവിട്ടുനിറത്താൽ ശില്പിക്കു പറ്റിയ കൈയബദ്ധം പോലെ അംഗഭംഗം വന്നുപോയ കോട്ട നിന്നു. അല്ല. അയാൾ ധൃതിയിൽ തിരുത്തി, ശില്പിക്ക് പൊടുന്നനെ ബാധിച്ചുപോയ ബുദ്ധിഭ്രമം പോലെ.

മുമ്പ്, വളരെ മുമ്പ്, ഈ കോട്ട ഒരു ജയിലായിരുന്നു. ആലി ഹസ്സൻ പറഞ്ഞുതന്ന കഥയാണ്.

മുമ്പ്, കാലം ഇങ്ങനെ കടിച്ചുമുറിച്ചു പാടു വീഴ്ത്തുന്നതിനും മുമ്പ്. അന്നൊക്കെ ഉച്ചവെയിലിന്റേയും കടൽക്കാറ്റിന്റേയും തഴുകലേറ്റു രസിച്ച കോട്ട.

കോട്ടയുണ്ടാക്കിയത് പോർച്ചുഗീസുകാരാണെന്നൊന്നും ആലി ഹസ്സൻ വിശ്വസിച്ചിട്ടില്ല.

കുറ്റവാളികളെ കൈകൾ തമ്മിൽ കൂട്ടിക്കെട്ടി, വരിവരിയായി, ഒറ്റ യടിപ്പടവുകളിലൂടെ മുകളിലേക്കു നടത്തിക്കൊണ്ടുപോകും. മുന്നിലും പിന്നിലും കുന്തക്കാർ.

അതുകഴിഞ്ഞ്, ഇംഗ്ലീഷുകാരൻ ഉപേക്ഷിച്ച തുരുമ്പുപിടിച്ച തോക്കു വന്നു.

ആലി ഹസ്സന് ഏതോ പഴയ കാരണവർ കഥകൾ പറഞ്ഞുകൊടുത്തിരിക്കുന്നു.

അതിനുള്ളിൽ കുന്നിന്റെ അടിവര എത്തുന്ന അഗാധമായ കിണറു മുണ്ടത്രേ. അതൊക്കെ വെറും കെട്ടുകഥയാവും. ഹരിഗോവിന്ദൻ നിനച്ചു. ഇത്ര ആഴത്തിൽ എന്തിനാണു കിണർ?

ഇപ്പോൾ ജയിൽ ദൂരെയാണ്. ചെറിയ കുറ്റക്കാർക്കും പൊലീസു കാർക്കും ഇരിക്കാൻ എയർകണ്ടീഷൻഡ് മുറികളുള്ള ജയിൽ.

പൊലീസുകാരന്റെ അരപ്പട്ടയിലെ തോലുറയിൽ തിളങ്ങുന്ന കൈ ത്തോക്കുകളാണ്.

അതൊക്കെ കടലിൽനിന്ന് എണ്ണ കിനിയാൻ തുടങ്ങിയതിനുശേഷം.

മുകളിലേക്കു കയറിപ്പോകാനുള്ള കൽപ്പടവുകൾ വളഞ്ഞുതിരിഞ്ഞു പോകുന്നു. ഇടിഞ്ഞുപൊളിഞ്ഞ കൽപ്പടവുകൾ.

മുകളറ്റംവരെ കൽപ്പടവുകൾ ഉണ്ടോ എന്നും അറിയില്ല.

കഥ മുഴുവൻ പറയുംമുമ്പ്, എല്ലാം ചോദിച്ചറിയുന്നതിനുമുമ്പ്, ആലി ഹസ്സൻ നാടുവിട്ടിരിക്കുന്നു.

കാമൽ തോൺ എന്ന മുൾച്ചെടികൾ നിറഞ്ഞ മുൾക്കാടുകളുണ്ടാവും. രൂക്ഷഗന്ധമുള്ള ചെറിയ ചെറിയ മഞ്ഞപ്പൂക്കളുണ്ടാവും. അവയ്ക്കിടയിൽ തീർച്ചയായും പാമ്പുകളും ഉണ്ടാവും.

കുന്നിൻചെരുവിലെ ചെറിയ മടകളിലും വിഷജന്തുക്കളുണ്ടാവും. ഇവിടങ്ങളിലൊക്കെ വലിയ കറുത്ത തേളുകളെ ധാരാളം കണ്ടിരിക്കുന്നു ഹരിഗോവിന്ദൻ.

"അച്ഛാ...!"

ശബ്ദകോലാഹലങ്ങളുണ്ടാക്കിക്കൊണ്ട് വീതിയുള്ള ഒരു ഇളംപച്ച കാർ പാർക്കിനു മുമ്പിൽ വന്നുനിന്നു. അതിൽനിന്ന് മൂന്നുനാലു ചെറുപ്പ ക്കാർ ധൃതിയിൽ ഇറങ്ങി. ആലാത്തിക്കൊണ്ട് അവർ പാർക്കിന്റെ ഒരറ്റം മുതൽ മറ്റേയറ്റംവരെ ഒരുവട്ടം ഓടി. പിന്നെ പുല്ലിൽ കിടന്നുരുണ്ടു.

പാർക്കിന്റെ മൂലയിൽ ഒതുങ്ങിയിരുന്ന പാകിസ്ഥാനി സ്ത്രീയും പുരുഷനും ഞെട്ടലോടെ നോക്കി. അവരുടെ ചെറിയ കുട്ടി ആർത്തു വിളിച്ചു കരയാനും തുടങ്ങി.

പാകിസ്ഥാനി സ്ത്രീ കുട്ടിയെ എടുത്തു ചുമലിൽക്കിടത്തി അങ്ങോട്ടു മിങ്ങോട്ടും നടന്നു. പുറത്തുതട്ടി സമാധാനിപ്പിച്ചു.

അങ്ങേ മൂലയിൽ ഫ്രോക്കിട്ട സ്ത്രീയും മധ്യവയസ്കനും കൈ കോർത്തു പിടിച്ചുകൊണ്ടു നടന്നു. അവർ ഇതൊന്നും അറിയാത്ത പോലെ.

അറബിയും ഭാര്യയും ഉറക്കെയുറക്കെ ചിരിച്ചു.

വസുന്ധരയുടെ നേർത്ത ചുണ്ടുകളിലും പുഞ്ചിരി വിടർന്നു. അവൾ വിരൽത്തുമ്പുകൊണ്ട് ചുമലോരത്തെ മുടിയുഴിഞ്ഞുകൊണ്ട്, പുല്ലിൽ കിടന്നുരുളുന്ന ചെറുപ്പക്കാരെ നോക്കി. കുന്നിന്റെ മുകളിലേക്കു കയ റുന്ന കാര്യം തത്ക്കാലത്തേക്ക് അവൾ മറന്നുപോയതുപോലെ തോന്നി.

കടലിലേക്ക് ഉന്തിനിൽക്കുന്ന വലിയ കുന്നിന്റെ ശിരസ്സിലേക്ക് സൂര്യൻ കയറി. കടൽവെള്ളത്തിൽ ചുവപ്പു പാറി.

നാട്ടിൽ, വീടിന്റെ തൊട്ടുപിന്നിൽ ഒരു ചെറിയ കുന്നുണ്ടായിരുന്നു. പറങ്കിമാവുകൾ പടർന്നുനിന്ന ചെറിയ കുന്ന്, ചുവന്ന കുന്ന്. വേനൽക്കാലത്തിന്റെ വൈകുന്നേരങ്ങളിൽ, പറങ്കിമാവിൻകൊമ്പിൽനിന്നു താഴോട്ടു ഞാത്തിയ കളിയൂഞ്ഞാലിലിരുന്നാടും ഹരിഗോവിന്ദനും വസുന്ധരയുടെ അമ്മയും.

നേർത്ത ശബ്ദത്തിൽ കേട്ടുകൊണ്ടിരിക്കാൻ തോന്നുന്ന ഏതോ രാഗത്തിൽ അവൾ കീർത്തനങ്ങൾ പാടും.

രാഗങ്ങളുടെ പേരൊക്കെ മുമ്പ് ഹരിഗോവിന്ദന് അറിയാമായിരുന്നു.

ഇപ്പോൾ ഒക്കെ മറന്നുപോയി.

എത്രയോ കാലമായിരിക്കുന്നു!

അതിനു പക്ഷേ, ഇപ്പോൾ അയാൾക്കു നാട്ടിൽ വീടുമില്ലല്ലോ. നാട്ടിൽ അയാൾക്ക് ഒന്നുമില്ല. കോളേജ് ഹോസ്റ്റലിൽ താമസിക്കുന്ന ഈ മകളല്ലാതെ.

ഒരു വേരിളകിയതോടെ എല്ലാ ബന്ധങ്ങളും ഉലഞ്ഞുപോയി.

കല്യാണമാവുമ്പോഴേക്ക് അവൾക്കിഷ്ടപ്പെട്ട സ്ഥലത്ത് ഒരു വീടു വാങ്ങിക്കൊടുക്കണം. ഹരിഗോവിന്ദൻ ഇടയ്ക്കിടെ ഓർക്കും.

പഠിത്തം കഴിഞ്ഞാൽ പക്ഷേ വസുന്ധരയ്ക്ക് എയർഹോസ്റ്റസ് ആവാനാണ് മോഹം.

“അച്ഛാ...”

“ഉം?”

“നോക്കൂ.”

പാർക്കിൽ കിടന്നുരുണ്ട ചെറുപ്പക്കാരിൽ രണ്ടുപേർ പൊടുന്നനെ തട്ടിപ്പിടഞ്ഞെഴുന്നേറ്റു. കുന്നിന്റെ പടവുകളിലേക്ക് ചാടിച്ചാടി ചെന്നു; കൈകൾ ആഞ്ഞുവീശിക്കൊണ്ട്, തല ആകാശത്തേക്കു മലർത്തി ചൂളം പാടിക്കൊണ്ട്.

അവരുടെ നരച്ച ബ്രൗൺ പാന്റ്സിന്റെ പിൻവശത്തൊക്കെ പുൽത്തുമ്പുകൾ പറ്റിപ്പിടിച്ചിരുന്നു.

പാകിസ്ഥാനി സ്ത്രീയുടെ ചുമലിൽ കിടന്നു കരഞ്ഞ കുട്ടി കരച്ചിൽ നിർത്തിയിരിക്കുന്നു. എല്ലാവരും ചെറുപ്പക്കാരെത്തന്നെ നോക്കിക്കൊണ്ടാണിരിപ്പ്. അങ്ങേയറ്റത്തെ, ഫ്രോക്കിട്ട സ്ത്രീയും മധ്യവയസ്കനും ഒഴികെ. അവർ കുന്നിനപ്പുറത്തേക്കു ചായുന്ന സൂര്യനെയാണ് കണ്ണെടുക്കാതെ നോക്കിയത്.

ചെറുപ്പക്കാർ കുന്നിൻമുകളിലേക്കുള്ള ഒതുക്കുകല്ലുകൾ ചാടിക്കയറാൻ തുടങ്ങി.

വസുന്ധര അല്പം സങ്കടം കലർന്ന കോപം ഭാവിച്ചുകൊണ്ട്, പക്ഷേ ശബ്ദമുയർത്താതെതന്നെ ചോദിച്ചു:

“നമുക്കും കയറിപ്പോയാലെന്താ?”

അവളുടെ കൺവെള്ളയിലെ ചെറുഞരമ്പുകൾ ചുവന്നു.

ചെറുപ്പക്കാർ വളവിലെവിടെയോ മറഞ്ഞു.

അറബിസ്ത്രീ എഴുന്നേറ്റു ചെന്നു ചെടിത്തടത്തിനു മുന്നിലെ പൈപ്പിനടുത്തു നിന്നു. തടത്തിനരികെ ചെരിപ്പഴിച്ചിട്ട് പിന്നെ, മൂടുപടത്തിന്റെയും അതിനടിയിലെ പച്ച നെകിലോടിയ ഉടുപ്പിന്റെയും തുമ്പുയർത്തി, പൈപ്പുവെള്ളത്തിൽ കാൽ കഴുകി.

അവളുടെ വെളുത്ത കാൽവണ്ണകളിൽ വെള്ളം തട്ടി നനുത്ത രോമങ്ങൾ ഒട്ടിപ്പിടിച്ചു.

അറബി വസുന്ധരയെ നോക്കി ചിരിച്ചു.

വസുന്ധരയും ആരോടെന്നില്ലാതെ അപ്പോൾ പുഞ്ചിരിച്ചു.

വസുന്ധര...

ഹരിഗോവിന്ദൻ പതുക്കെ വിളിച്ചു.

അയാൾ എന്തോ പറയാൻ തുടങ്ങിയതായിരുന്നു. അറബികളെപ്പറ്റിയോ മറ്റോ. പിന്നെ അതു വേണ്ടെന്നുവെച്ചു. എന്നിട്ടു പറഞ്ഞു:

“പിള്ളേർ ഇറങ്ങിപ്പോകട്ടെ.”

അറിയാതെ നാക്കിൻതുമ്പത്തുനിന്ന് ഊർന്നുവീണേക്കാവുന്ന ചെറിയ ചെറിയ വാചകങ്ങളെ ഹരിഗോവിന്ദനു ഭയമാണ്.

കുന്നിന്റെ കടയ്ക്കലെ വെളിച്ചം മങ്ങാൻ തുടങ്ങിയിരിക്കുന്നു. മുകളിലേക്കു വളഞ്ഞുകയറുന്ന കല്പടവുകൾ തെളിയാതെയാവും ഇനി.

പിന്നെ എങ്ങനെയാണ് കയറിപ്പോവുക?

അല്ലെങ്കിൽത്തന്നെ, ഇടിഞ്ഞുപൊളിഞ്ഞ ആ പഴയ ജയിലിൽ, എന്താണു കാണാനുള്ളത്? അയാൾ ഒരിക്കൽക്കൂടി വിചാരിച്ചു.

വസുന്ധര കണ്ണുകൾ കാൽമുട്ടിലമർത്തിവെച്ച് മുഖം കുനിച്ചിരുന്നു. ഇന്നു കുന്നുകയറലുണ്ടാവില്ലെന്ന് അവൾ സംശയിക്കാൻ തുടങ്ങിയെന്നു തോന്നുന്നു.

അവൾ അസ്വസ്ഥയായിരിക്കുന്നു.

പിന്നെ, പെട്ടെന്നു പാദസരങ്ങളും സ്വർണവളകളും കിലുക്കിക്കൊണ്ട് അവൾ എഴുന്നേറ്റു. എന്തോ ഓർത്തിട്ടെന്നപോലെ മുത്തുമാല ചൂണ്ടുവിരലിലുഴിഞ്ഞുകൊണ്ട്.

അവൾ പാർക്കിന്റെ അറ്റത്തേക്ക് നടന്നു.

നടക്കുമ്പോൾ അവളുടെ നീണ്ട നീലയുടുപ്പിൽ കടലിന്റെ നിഴൽ വീണു തുളുമ്പുന്നതുപോലെ തോന്നി.

അവിടെ അരമതിലിൽ ആഞ്ഞുനിന്നുകൊണ്ട് അവൾ ഇരുളാൻ തുടങ്ങുന്ന കടലിലേക്കു നോക്കി.

അരമതിലിനടുത്ത് നിർത്തിയിട്ടിരുന്ന ലോറി പോയിരിക്കുന്നു. അതിലെ കുട്ടികളും എവിടെയോ ഇറങ്ങിപ്പോയി.

കടലിൽ കപ്പലുകളുടെ വിളക്കുകൾ ഇപ്പോൾ നല്ലപോലെ കാണാം.

ഇങ്ങടുത്ത്, കരയ്ക്കടുത്ത്, പാറക്കൂട്ടങ്ങളുടെ സൂചന നൽകുന്ന ചുവന്ന വെളിച്ചം ഏതോ ചെറുതോണിയുടെ തുമ്പത്തുനിന്ന് തിരത്താളത്തിനാടി.

കുന്നിൻമുകളിലേക്കു കയറിപ്പോയിരുന്ന ചെറുപ്പക്കാർ പൊടുന്നനെ ഇറങ്ങിവന്നു; അതേ ഉത്സാഹത്തോടെ, അതേ ചൂളംവിളിയോടെ. അവർ പക്ഷേ കോട്ടയ്ക്കകത്തേക്കു കയറിയിട്ടില്ലെന്നു സ്പഷ്ടം.

ഇത്രവേഗം കയറിയിറങ്ങാൻ കഴിയില്ല. അതുമല്ല, വെളിച്ചം മങ്ങിയ നേരത്ത് അവർക്കെങ്ങനെയാണ് അവിടേക്ക് കയറാൻ കഴിയുക?

വസുന്ധര കടലിലേക്കു മുഖം തിരിച്ചു നിൽക്കുകതന്നെയാണ്. ചെറുപ്പക്കാർ കുന്നിറങ്ങിവന്നത് അവൾ കണ്ടില്ല.

ഒരുപക്ഷേ അവളുടെ കണ്ണുകൾ നനയുന്നുണ്ടാവുമോ എന്ന് ഹരിഗോവിന്ദൻ അസ്വസ്ഥതയോടെ വിചാരിച്ചു.

പാർക്കിൽ അങ്ങിങ്ങായി വെളിച്ചം തെളിയാൻ തുടങ്ങി.

റോഡിലൂടെ ഓടിയ കാറുകളുടെ എണ്ണവും സ്പീഡും കൂടി.

ഹരിഗോവിന്ദനു വിഷമം തോന്നി. നാളെ ഏതായാലും കുന്നിന്റെ മുകളിലേക്കു കയറണമെന്ന് ഹരിഗോവിന്ദൻ ആലോചിച്ചു, പകുതിയെങ്കിലും. ഇതാ, ഈ ചെറുപ്പക്കാരെപ്പോലെയെങ്കിലും.

ചെറുപ്പക്കാർ ഒരിക്കൽക്കൂടെ പുല്ലിൽ കിടന്നുരുണ്ടിട്ടു വന്നതുപോലെ തന്നെ ധൃതിപിടിച്ച് കോലാഹലത്തോടെ കാറിൽ കയറി പോയി.

വസുന്ധര ഒന്നു തിരിഞ്ഞുനോക്കി. വീണ്ടും മുഖം തിരിച്ചു.

ഭാര്യയോട് എന്തോ പറഞ്ഞിട്ട് അറബി എഴുന്നേറ്റ് അലക്ഷ്യമായി നടക്കാൻ തുടങ്ങി.

ഹരിഗോവിന്ദനും പതുക്കെ എഴുന്നേറ്റു. വസുന്ധരയെ സമാധാനിപ്പിക്കണമല്ലോ എന്നോർത്തുകൊണ്ട് അയാൾ അവളുടെ അടുത്തേക്ക് നടന്നു. ■

സിംഹത്തിന്റെ മനസ്സ്

എയർപോർട്ടിൽ തിരക്കു കുറവാണ്. അവിടവിടെ ചെറിയ സംഘങ്ങളേ യുള്ളൂ. ഫ്ളൈറ്റ് വന്നു പൊയ്ക്കഴിഞ്ഞിരിക്കുമോ? അയാൾ ശങ്കിച്ചു. പത്തരയ്ക്കാണെന്നാണ് ഇന്നലെ ലളിത പറയുന്നതു കേട്ടത്. അതനു സരിച്ചാണ് ലളിതയും സുനിതയും അവിടെനിന്നു പുറപ്പെട്ടതും.

കാറിന്റെ ഡോർ തുറന്ന് പുറത്തിറങ്ങി, ഇല്ല, പോയിട്ടില്ല. ദൂരെ വെളുത്ത അംബാസിഡർ കാറിൽ ചാരിനിൽക്കുന്ന ഡ്രൈവർ രാമ കൃഷ്ണനെ അയാൾ കണ്ടു. അവൻ ഒരു സിഗരറ്റ് വലിച്ചുകൊണ്ട് നിൽക്കുകയാണ്.

രാമകൃഷ്ണൻ കാണണ്ട. അയാൾ വിചാരിച്ചു. ഒതുക്കിന്റെ തൂൺ മറവിലേക്കു മാറി നിന്നിട്ട് അയാൾ ടാക്സി ഡ്രൈവറോടു പറഞ്ഞു. “അവിടെ പാർക്കിംഗ് ഏരിയയിലേക്കു മാറ്റിയിട്ടോളൂ.”

വലിയ ഗ്ലാസ്ഡോറിനു പുറത്തു നിൽക്കുന്ന കാക്കിഷർട്ടുകാരനെ നോക്കി ഒന്നു ചിരിച്ചിട്ട് അയാൾ അകത്തേക്കു കടന്നു. കാവൽക്കാരൻ അയാളെ തടുത്തു നിർത്തിയതൊന്നുമില്ല.

ഇടതുഭാഗത്തെ കോണികയറിയാൽ എത്തുന്നത് റെസ്റ്റോറന്റിലേ ക്കാണ്. റെസ്റ്റോറന്റിന്റെ അങ്ങേവശത്ത് അരമതിലിന്റെ മുകളിൽനിന്ന് മേൽക്കൂരവരെ ഉയർന്നുനിൽക്കുന്ന കമ്പിവല. കമ്പിവലയ്ക്കിപ്പുറത്തു നിന്നാൽ താഴെ ദൂരെ റൺവേ കാണാം.

വെറുതെ, ഒരു പഴയ കൗതുകം!

അയാൾ കോണികയറി.

മുട്ടു വേദനിക്കുന്നുണ്ട്. വലത്തേ മുട്ട്. ഇന്നലെ മുറ്റത്തൊന്ന് വീണി രിക്കുന്നു. വഴുക്കലുണ്ടായിരുന്നു. സിമന്റിട്ട മുറ്റത്ത്. അത്ര ശ്രദ്ധിച്ചില്ല. ഗെയ്റ്റിനടുത്തേക്ക് നടക്കുകയായിരുന്നു. വഴുതി. കൈകുത്തി ഒന്ന് കമിഴ്ന്നു വീഴുകയും ചെയ്തു. കാൽമുട്ടും നിലത്തുരഞ്ഞു. അതു കണ്ടു കൊണ്ടാണ് സുനിത വന്നത്.

“അതാ, മുത്തച്ഛൻ വീണു” സുനിത അലമുറയിട്ടു. ഓടിവന്ന് അയാളെ പിടിച്ചെഴുന്നേല്പിച്ചു. അവളുടെ വെള്ള പൈപ്പിംഗ് വെച്ച ചുകന്ന ചുരിദാറിൽ അയാളുടെ കൈയിലെ അഴുക്കുപുരളുകയും ചെയ്തു.

സുനിതയുടെ ഉറക്കെയുറക്കെയുള്ള വിളികേട്ടിട്ട് ലളിതയും അകത്തു നിന്ന് കടന്നുവന്നു. ധൃതിയിൽ അടുത്തേക്കു വന്നുകൊണ്ട് ചോദിച്ചു:

"എന്താ, എന്തുപറ്റി?"

"ഒന്നും പറ്റിയില്ല." അയാൾ വിറയൽ ഒതുക്കാൻ ശ്രമിച്ചുകൊണ്ട് പറഞ്ഞു.

"ഒന്നും പറ്റീല്യാത്രേ-" സുനിത പുരികം വളച്ചുകൊണ്ടു പറഞ്ഞു: "ഒരു വസ്തൂം പറഞ്ഞാൽ കേൾക്കില്ല. എന്തിനേ ഇപ്പൊ മുറ്റത്തേക്കിറങ്ങ്യേത്? വരൂ വരൂ. അകത്തേക്കു നടക്കൂ."

"അച്ഛന് പറഞ്ഞാൽ കേൾക്കുന്ന സ്വഭാവമല്ലല്ലോ." മുഖം വീർപ്പിച്ചുകൊണ്ട് അകത്തേക്കു പോകുമ്പോൾ ലളിത പറഞ്ഞു. "നീയ് കൈ പിടിച്ചു അകത്തേക്കു കൊണ്ടാ, സുനീ."

സുനിത അയാളെ കൈപിടിച്ച് പൂമുഖത്തേക്കു നടന്നു. മുട്ട് അപ്പോൾ അല്പം വേദനിക്കുന്നുണ്ടായിരുന്നു. കുനിഞ്ഞ് മുണ്ടിലേക്കു നോക്കി. ചോരപ്പാടുണ്ട്. സുനിത അതു കാണരുതേ എന്നായിരുന്നു പ്രാർത്ഥന.

"മുറിഞ്ഞിട്ടൊന്നും ഇല്ലല്ലോ മുത്തച്ഛാ?" സുനിത എന്തോ ഓർത്തുകൊണ്ട് എവിടേക്കോ നോക്കിക്കൊണ്ട് ചോദിച്ചു.

"ഏയ് ഒന്നുല്യാന്ന്."

അയാളുടെ കൈകൾ വിറയ്ക്കുന്നുണ്ടായിരുന്നു. പൂമുഖപ്പടവിൽ എത്തിയപ്പോൾ സുനിത പറഞ്ഞു: "മുത്തച്ഛൻ പൊയ്ക്കൊള്ളില്ലേ?" അവളുടെ സ്വരത്തിൽ പൊടുന്നനെ അനുനയഭാവമുണർന്നു. "എനിക്കേ പോകാൻ നേരായി മുത്തച്ഛാ.. അരുന്ധതി കാത്തിരിക്കുന്നുണ്ടാവും." സുനിത പിന്നെ സ്വയം ഉടുപ്പിലേക്കു നോക്കിക്കൊണ്ടു പറഞ്ഞു: "ഉടുപ്പാകെ അഴുക്കായി. മാറ്റാൻ നേരോംല്യാ."

"നീ പൊയ്ക്കോ മോളേ." അയാൾ പറഞ്ഞു. അവളുടെ ഉടുപ്പിലെ അഴുക്ക് കൈപ്പടംകൊണ്ട് തുടച്ചുമാറ്റാനൊരുങ്ങി അയാൾ. അവൾ പക്ഷേ, ഒഴിഞ്ഞുമാറി.

അകത്തുകടന്ന് മുണ്ടു മാറ്റി നോക്കിയപ്പോഴാണ് കണ്ടത്. മുട്ടിന്മേൽ ഒരു മുറിവുണ്ട്. അധികം ആഴമൊന്നും ഇല്ലെന്നു തോന്നി കണ്ടപ്പോൾ. കുളിമുറിയിൽ പോയി മുറിവിൽ സോപ്പിട്ടു കഴുകി. നീറ്റലുണ്ടായിരുന്നു. അലമാര തുറന്നു മരുന്നെടുത്തുവെച്ചു.

നീറ്റലില്ലെങ്കിലും ആ വേദന ഇപ്പോഴുമുണ്ട് മുട്ടിൽ. കോണിപ്പടികൾ കയറാനായി കാലുയർത്തുമ്പോഴാണ് അതധികമാവുന്നത്. ഓരോ പടവിനും മുട്ടിലേക്കൊരു മിന്നൽ. കൈത്തണ്ടയ്ക്കുമുണ്ട് ഒരു വേദന. അതെങ്ങനെയാണാവോ! കൈ മുറിഞ്ഞിട്ടൊന്നുമില്ല. അയാൾ വിശദമായി പരിശോധിച്ചിരുന്നു. എല്ലിനെന്തെങ്കിലും പറ്റിയിട്ടുണ്ടാവുമോ? നീരൊന്നും ഇല്ലാത്തതുകൊണ്ട് ഒന്നുമുണ്ടാവില്ലെന്നു വേണം കരുതാൻ.

"കൈയും കാലും ഒടിഞ്ഞുകിടന്നാൽ മതീലോ. ബാക്കിള്ളോർടെ ബേജാറ് ആർക്കും മനസ്സിലാവില്യ." ലളിത പറയും.

റെസ്റ്റോറന്റിനു മുന്നിലെത്തി. കമ്പിവലയ്ക്കപ്പുറം തിങ്ങിനിരന്നു നിൽക്കുകയാണ് ആളുകൾ. ദൂരെ, കമ്പിവലയുടെ അങ്ങേയറ്റത്ത് തിരക്കിനിടയിൽ ഏന്തിനിന്ന് താഴോട്ടു നോക്കുന്ന സുനിതയെയും ലളിതയെയും അയാൾ കണ്ടു. പച്ചപ്പട്ടു പാവാടയുടുത്ത സുനിത. ലളിത ധരിച്ചിരിക്കുന്നത് ഒരു മഞ്ഞപ്പട്ടുസാരി.

അയാൾ ഒരു മൂലയിലേക്ക് ഒതുങ്ങിനിന്നു. അവർ കാണണ്ട. കണ്ടാൽ തുടങ്ങും ശകാരങ്ങൾ. ഈ തിരക്കിൽവെച്ചായാൽപോലും ഉണ്ടാവും അത്.

ഇന്നലെ രാത്രിയും ഇന്നു രാവിലെപ്പോലും പലതവണ അപേക്ഷിച്ചിട്ടും എയർപോർട്ടിലേക്കു വരാൻ സമ്മതിച്ചില്ല ലളിത.

“അച്ഛൻ അവിടെ ഒരിടത്ത് ഒതുങ്ങിയിരുന്നാൽ മതി. വിജയേട്ടൻ നേരെ ഇങ്ങോട്ടല്ലേ വരുന്നത്? പിന്നെപ്പൊ എയർപോർട്ടിൽച്ചെന്ന് സ്വീകരിക്കേണ്ട വല്ല കാര്യോംണ്ടോ?” ലളിത ചോദിച്ചു. മുഖം കൂർപ്പിച്ചുകൊണ്ടാണ് ചോദിച്ചത്. ആ മുഖത്ത് വെറുപ്പും അവഗണനയുമായിരുന്നു അപ്പോൾ.

“എന്നാലും ലളിതേ-” അയാളുടെ ശബ്ദത്തിൽ യാചനാഭാവം നിറഞ്ഞു.

“ഒരെന്നാലൂല്യാ. ഞാൻ കൊണ്ടോവില്യ. തീർച്ച.”

“വയസ്സാവുന്തോറും മുത്തച്ഛന് ചെറ്യേകുട്ട്യോൾടെ സ്വഭാവാവ്ണ്ണ്ട്.” സുനിത അയാളുടെ മുന്നിൽ വന്നുനിന്നിട്ട് ഒരു നർത്തകിയെപ്പോലെ കൈയാംഗ്യം കാണിച്ചു. “അമ്മ പറഞ്ഞത് കേട്ടില്യേ? കൊണ്ടോവില്യാന്ന് പറഞ്ഞാൽ കൊണ്ടോവില്യ. അത്രതന്നെ.”

“അടുത്ത പ്രാവശ്യം അവൻ വരുമ്പോ എയർപോർട്ടിൽച്ചെന്നു കാണാൻ ഞാൻ ഇരിക്കോന്ന് ആരു കണ്ടു?”

“ഇതാണ് എനിക്ക് പിടിക്കാത്തത്.” ലളിതയ്ക്കു കലശലായി ശുണ്ഠി വന്നു. “എന്തെങ്കിലും പറഞ്ഞാൽ അപ്പയ്ക്കങ്ങട് മരിക്കുംന്ന് പറയ്യാ. ബാക്കിള്ളോരെ പേടിപ്പിക്കാനാ?”

സുനിതയ്ക്ക് അതൊരു തമാശയായി തോന്നിയിട്ടുണ്ടാവും. അവൾ ഉറക്കെയുറക്കെ ചിരിച്ചു.

അയാൾ പ്രതീക്ഷിച്ചിരുന്നു. അവസാന നിമിഷത്തിലെങ്കിലും അവൾ തന്നോടു വന്നുകൊള്ളാൻ പറയുമെന്ന്.

അതുണ്ടായില്ല.

രാവിലെ നേരത്തെ എഴുന്നേറ്റു കുളിച്ചു. ഡ്രസ്സു മാറുകകൂടി ചെയ്തു. രാമകൃഷ്ണൻ ഷെഡ്ഡിൽനിന്ന് കാറെടുക്കുന്നതു നോക്കിക്കൊണ്ട് പൂമുഖക്കസേരയിലിരുന്നു.

ലളിതയും സുനിതയും പുറത്തേക്കിറങ്ങിയപ്പോൾ അയാൾ സംശയിച്ച്, പ്രതീക്ഷയോടെ എഴുന്നേറ്റു.

“അവടെ ഒരു ഭാഗത്ത് ഇരിക്കുന്നുണ്ടോ? ഒരു വഴിക്കു പോകുമ്പോ സൈ്വരം കെടുത്താണ്ടെ?” ലളിതയുടെ ശബ്ദം കുറച്ചുറക്കെയായി. അതുകേട്ട് ഡ്രൈവർ രാമകൃഷ്ണന്റെ ചുണ്ടിൽ ഒരു ചിരി വിരിയുകയും ചെയ്തു. കിഴവന്മാർ ഒരിടത്ത് അടങ്ങിയിരിക്കണമെന്ന് ആലോചിക്കുകയാവും അവൻ. അവന്റെ കണ്ണുകൾ അപ്പോൾ സുനിതയിലായിരുന്നുവല്ലോ.

സുനിതയും യാത്രയ്ക്കൊരുങ്ങിയിരിക്കുന്ന അയാളുടെ മുണ്ടിലേക്കും ഷർട്ടിലേക്കും ഒളിഞ്ഞുനോക്കി ഊറിച്ചിരിക്കുന്നുണ്ടായിരുന്നു.

പത്മാവതി ഉണ്ടായിരുന്നുവെങ്കിൽ എന്ന് അയാൾ പെട്ടെന്ന് വിചാരിച്ചു.

പത്മാവതി ഇതൊന്നും ഒരിക്കലും സമ്മതിക്കില്ല.

മകന്റെ വരവുകാണാൻ ഒരു വർഷമായി കാത്തിരിക്കുന്നതാണ്. കഴിഞ്ഞ പ്രാവശ്യം വന്നപ്പോൾ എയർപോർട്ടിലേക്കു പോയിരുന്നു. അന്ന് ഇത്രയ്ക്ക് നിയന്ത്രണങ്ങൾ ബാധകമായിരുന്നില്ലല്ലോ.

ബ്ലഡ് പ്രഷർ അധികമായി ആശുപത്രിയിൽ കിടക്കേണ്ടി വന്നതിനു ശേഷമാണ് ഇങ്ങനെ. അന്നു താൻ ലളിതയ്ക്കു വല്ലാത്ത ശല്യമായോ ആവോ! ഒന്നും ഓർമ്മയില്ല. രണ്ടുദിവസം കോമയിലായിരുന്നു.

ആശുപത്രിയിൽനിന്ന് വീട്ടിലെത്തിയതിനുശേഷം ഒരു കാര്യത്തിനും സ്വാതന്ത്ര്യമനുവദിച്ചു തന്നിട്ടില്ല ലളിത. നിയന്ത്രണങ്ങളായിരുന്നു, ഓരോ നിമിഷവും.

ഇന്ന്, ഇതാ. ഇപ്പോൾ താനൊരു സ്വാതന്ത്ര്യം എടുത്തിരിക്കുന്നു. ഇതിനിനി എന്തൊക്കെ കേൾക്കേണ്ടിവരുമോ ആവോ? വീടാകെ മലർത്തിവെക്കും, ലളിത. തീർച്ചയാണ്.

ജോലിക്കാരുടെ മുന്നിൽവെച്ച് അയാളോട് ഒച്ചയിടാൻ ലളിതയ്ക്ക് എന്തോ ഒരാവേശം പോലെയാണ്. അവർക്ക് ചിരിക്കാൻ ഒരവസരവുമായി. സുനിതയാണ് ചിലപ്പോൾ സമാധാനിപ്പിക്കുക.

“മുത്തച്ഛന് വല്ല അസുഖോം വരോന്നാണ് അമ്മയ്ക്ക് ബേജാറ്. അതോണ്ടല്ലേ മുത്തച്ഛാ...”

അതുകൊണ്ടുതന്നെയാണോ? എന്തോ! അയാൾക്ക് അറിഞ്ഞുകൂടാ.

ഏകമകൻ ദൂരെ. മകന്റെ ഭാര്യയുടെ കാരുണ്യത്തിൽ കഴിയേണ്ടി വരുന്ന അവസ്ഥ. പ്രതാപം പറത്തി നടന്നിരുന്ന ഒരാളുടെ ഗതികേട്! അയാൾ, വെറുതെ, ഒരു തമാശപോലെ വിചാരിച്ചു.

റൺവേയിലേക്കും അതുകഴിഞ്ഞ് ആകാശത്തേക്കും മാറിമാറി നോക്കിക്കൊണ്ട് നിൽക്കുകയാണ് എല്ലാവരും. ആകാശച്ചെരിവിലെവിടെയോ ഒരു വിമാനം അനങ്ങുന്നുണ്ട്. മാനത്തിന്റെ ഒരു കളിക്കോപ്പുപോലെ. ചിറകുകളിൽ സൂര്യവെളിച്ചം തട്ടി അതിനു തെളിച്ചം തികട്ടുന്നു.

പതുക്കെപ്പതുക്കെ വിമാനം താഴ്ന്നുവന്നു. ഒരിരമ്പത്തോടെ റൺവേയുടെ അറ്റത്തുകൂടി താഴ്ന്നുപറന്നു. പിന്നെ കോൺക്രീറ്റു പാതയിൽ

ചക്രങ്ങളുരുമ്മിക്കൊണ്ട് അതിവേഗത്തിൽ എതിരറ്റത്തേക്കു നീങ്ങി. അവിടെനിന്ന്, പതുക്കെ, തിരിഞ്ഞിഴഞ്ഞു വന്നു.

ഭീമാകാരനായ ഏതോ ജന്തുവിനെ മെരുക്കിയെടുത്ത് തളയ്ക്കുന്നതു പോലെയുണ്ട്.

ആകാംക്ഷയോടെ വിമാനത്തിലേക്കു തന്നെ നോക്കിക്കൊണ്ടുനിന്നു, അയാൾ. ആളുകൾ ഇറങ്ങാൻ തുടങ്ങിയിരിക്കുന്നു. വിജയൻ അവസാനമേ ഇറങ്ങുകയുണ്ടാവൂ. തന്റെ സ്വഭാവവും അതുതന്നെ ആയിരുന്നുവല്ലോ. കാത്തുനിൽക്കുന്നവരിൽ പ്രതീക്ഷ വളർത്തുക. വളർന്ന് വളർന്ന് അത് നിരാശയിലേക്കു വഴുതിവീഴാൻ തുടങ്ങുന്ന നിമിഷത്തിൽ പുറത്തേക്കിറങ്ങുക. ചിലപ്പോൾ, എയർഹോസ്റ്റസുമാർ ഇറങ്ങാൻ തുടങ്ങുന്നതുവരെപ്പോലും കാത്തിരുന്നിട്ടുണ്ട്. അവർ വന്ന് ചോദിക്കും, എന്താ ഇറങ്ങുന്നില്ലേ? അപ്പോഴാണ് പതുക്കെ എഴുന്നേൽക്കുക.

ഒരാളിവിടെ പ്രതീക്ഷയോടെ കാത്തുനിൽക്കുന്നുണ്ടെന്ന വിചാരം പോലുമില്ല. പത്മാവതി ചൊടിക്കും. എല്ലാവരും ഇറങ്ങാൻ ധൃതികൂട്ടുകയാണ് ചെയ്യുക. ഇതൊരു പ്രത്യേക സ്വഭാവം തന്നെ.

പത്മാവതി പരിഭവപ്പെടുന്നതു കാണാൻ രസമാണ്...

വിജയൻ ഇറങ്ങിയിരിക്കുന്നു. ചാരനിറത്തിലുള്ള സഫാരി സ്യൂട്ട്. കൈയിൽ ബ്രീഫ്കെയ്സ്. അവന്റെ മുടി നരച്ചുതുടങ്ങിയോ? ഇല്ല. വെയിൽ തട്ടുന്നതുകൊണ്ട് തോന്നുന്നതാവും. മുഴുവൻ വെള്ളയായെങ്കിലും സമൃദ്ധമായ സ്വന്തം മുടിയിൽ തലോടിക്കൊണ്ട് അയാൾ വിചാരിച്ചു.

ലഗ്ഗേജുകൾ ഇറക്കാനുള്ള നീണ്ട ട്രോളി പോയി നിന്നിരിക്കുന്നു. ജോലിക്കാർ ലഗ്ഗേജ് ഇറക്കാൻ തുടങ്ങി. വിമാനം കാണുമ്പോഴൊക്കെ ദൂരയാത്രകളാണ് ഓർമ്മവരിക. വിശ്രമമില്ലാതെ ഓടിനടന്ന നാളുകൾ. എന്തൊക്കെയോ ലക്ഷ്യങ്ങളും മനസ്സിൽ വെച്ചുകൊണ്ട് ദിവസത്തിന് നീളവും ആയുസ്സും പോരെന്നു തോന്നിയ നാളുകൾ.

ഇപ്പോൾ വിശ്രമമായി. പരിപൂർണ വിശ്രമം.

ശരീരം തളർന്നിട്ടും മനസ്സ് തളരുന്നില്ലല്ലോ. പക്ഷേ ദൂരയാത്രകൾക്കാണ് ഇപ്പോഴും മോഹം. തീവണ്ടിയിൽ മതി. ഒറ്റയ്ക്ക്. പത്മാവതി ഇല്ലല്ലോ. പത്മാവതി ഇല്ലാത്തിടത്തോളം കാലം താൻ ഏകൻതന്നെ. മതി. ഒറ്റയ്ക്കു മതി. ഒരു സഞ്ചിയിൽ അത്യാവശ്യസാധനങ്ങളും ചുമലിലിട്ട് ഇന്ത്യ മുഴുവൻ സഞ്ചരിക്കുക.

ധാരാളം പണം വേണം അതിന്. തന്റെ കൈയിൽ എവിടുന്നാണ് പണം? കൈയിലുണ്ടായിരുന്നതൊക്കെ മകനുവേണ്ടി ചെലവാക്കിക്കഴിഞ്ഞിരിക്കുന്നു. അവൻ മാത്രമായിരുന്നു എക്കാലത്തും മനസ്സിൽ. പത്മാവതിക്കും അങ്ങനെതന്നെ ആയിരുന്നു.

ഇടയ്ക്ക് വിജയൻ എന്തെങ്കിലും അയച്ചുതരാറുണ്ട്. അത് ലളിത വാങ്ങിവെക്കും. അച്ഛനെ വിശ്വസിക്കാൻ വയ്യ. അവൾ പറയും മധുരം വാങ്ങിക്കഴിക്കില്ലേ, പൈസ കൈയിലുണ്ടെങ്കിൽ? ഡോക്ടറ് പറയുന്നതൊന്നും കേൾക്കില്ലല്ലോ.

മധുരം കഴിക്കാൻ പാടില്ലെന്ന് ഡോക്ടർമാർ പറയാൻ തുടങ്ങിയിട്ട് കാലമെത്രയായി!

ചിലപ്പോൾ കരുതും, എന്തിനാണ് ഇങ്ങനെ ജീവിക്കുന്നത്? പിന്നെയും മനസ്സിനകത്തിരുന്നുകൊണ്ട് ആരോ മന്ത്രിക്കും. ജീവിതവും മരണവു മൊക്കെ നിശ്ചയിക്കാൻ നമ്മളാരാണ്?

“അമ്മേ, മുത്തച്ഛൻ!”

ഞെട്ടിത്തിരിഞ്ഞു നോക്കി, മുന്നിൽ ഏതോ അദ്ഭുതസംഭവം കാണുന്ന മട്ടിൽ സുനിത.

ആളുകൾ താഴേക്കിറങ്ങുന്ന ബദ്ധപ്പാടിലാണ്. അക്കൂട്ടത്തിൽ ലളിതയും താഴേക്ക് ഇറങ്ങുകയായിരുന്നു. സുനിതയുടെ ശബ്ദം കേട്ട് അവൾ തിരിഞ്ഞുനോക്കി. ലളിതയുടെ കണ്ണുകളിൽ ആശ്ചര്യം. ആ മുഖം, പൊടു ന്നനെ, കോപത്തിന്റെ കനൽക്കാറ്റ് കൊണ്ടതുപോലെ ചുകന്നുതുടുത്തു.

മുഖം വെട്ടിച്ച് ലളിത കോണിയുടെ അടുത്തേക്ക് നീങ്ങി. നീങ്ങുന്ന തിനിടെ അവൾ പിറുപിറുത്തത് അയാൾ വ്യക്തമായി കേട്ടു. “ഇനി കാല് തല്ലി ഒടിച്ചിടേണ്ടി വരുംന്ന് തോന്നുണു.”

“സുനിത നടന്നോളൂ.” അയാൾ സുനിതയോടു പറഞ്ഞു, എന്നിട്ട്, പതുക്കെപ്പതുക്കെ, കോണിയുടെ അടുത്തേക്ക് നീങ്ങി കുറച്ചുനേരം ഒറ്റ നില്പിൽ നിന്നതുകൊണ്ടാവാം, അയാളുടെ കാൽമുട്ടിന്റെ വേദന കൂടിയി ട്ടുണ്ട്. ഓരോ അടിയും വെക്കുമ്പോൾ അയാളുടെ മുഖം വേദനകൊണ്ടു ചുളിഞ്ഞു.

കോണിയുടെ അടുത്തെത്തിയപ്പോൾ സുനിത തിരിഞ്ഞുനിന്നു. അയാളുടെ മുഖത്തു തെളിഞ്ഞ വേദന കണ്ട് പെട്ടെന്ന് നിന്നു. എന്നിട്ടു തിരിച്ചുവരാൻ തുടങ്ങി. അയാൾ അവളോട് നടന്നുകൊള്ളാൻ കൈ കൊണ്ട് ആംഗ്യം കാണിച്ചു. സുനിത ഒന്നു മടിച്ചു.

“അമ്മ വഴക്കുപറയും. നടന്നോളൂ. ഞാൻ വന്നോളാം.” അയാൾ പറഞ്ഞു.

സുനിത പതുക്കെ താഴേക്കിറങ്ങി.

ഇറങ്ങിച്ചെന്നപ്പോഴേക്ക്, ലളിതയും വിജയനും കോണിത്താഴത്ത് എത്തിയിട്ടുണ്ടായിരുന്നു.

“അച്ഛനെങ്ങന്യേ വന്ന്?” വിജയൻ കണ്ട ഉടനെ ചോദിച്ചു. അയാൾ മനസ്സിൽ ചിരിച്ചു. ഭാര്യ വിവരം എത്തിച്ചുകഴിഞ്ഞിരിക്കുന്നു. ഭർത്താവി നോട് ആദ്യംതന്നെ പറഞ്ഞത് അച്ഛനെക്കുറിച്ചുള്ള കുറെ പരാതികളാവും.

“കാറില്.” വെറുമൊരു പ്രസ്താവനപോലെ അയാൾ മകനോട് പറഞ്ഞു.

“സുഖംല്യാണ്ടെ ഇരിക്കുമ്പൊ ഇങ്ങനെ യാത്ര ചെയ്യേണ്ടിയിരു ന്നില്യ.” ആരെയോ ബോധിപ്പിക്കാനെന്നപോലെ വിജയൻ പറഞ്ഞു.

“സുഖംല്യായോ?... എനിക്കോ... എനിക്ക് യാതൊരു അസുഖോംല്യ.”

"ഡയബറ്റീസും ബ്ലഡ് പ്രഷറും ആസ്തമയുമൊക്കെ പിന്നെ എനിക്കേരിക്കും..." ലളിതയാണ് പറഞ്ഞത്. "പോരാത്തേന് ഈ നൊണ്ടലും."

"ഓ. അത് അത് ന്നലെ ത്തിരി ചെരകിപ്പൊളിഞ്ഞതാ."

"ത്തിരി ചെരകിപ്പൊളിഞ്ഞത്!" പതിവുപോലെ ലളിതയുടെ ഒച്ചയുയർന്നു: "അതു പഴുക്കും... പഴുത്തുപഴുത്ത് കാല് മുറിച്ചുകളയേണ്ടിവരും."

അറൈവൽ ലൗഞ്ചിലൂടെ നടന്നുപോയ ആരൊക്കെയോ ലളിതയുടെ ശബ്ദംകേട്ട് പൊടുന്നനെ നിന്നു. എന്നിട്ട് അവരുടെ നേരെ തുറിച്ചു നോക്കി.

"ഞാനാ ലഗ്ഗേജ് എടുത്തിട്ടു വരാം." അച്ഛനും ഭാര്യയും തമ്മിലുള്ള കലഹത്തിൽനിന്ന് ഒഴിഞ്ഞുമാറാൻ ഒരു പഴുതു കിട്ടിയതുപോലെ വിജയൻ ലഗ്ഗേജ് കൗണ്ടറിന്നടുത്തേക്ക് നടന്നു.

"മുത്തച്ഛന്റെ കാല് ഇന്നലെ മുറിഞ്ഞിരുന്നോ?" സുനിത പതുക്കെ ഒരു സ്വകാര്യം പോലെ ചോദിച്ചു.

"ഏയ്... ചെറുതായിട്ട് ഒന്ന് ഒരഞ്ഞു. അത്രന്നെ."

ലളിതയുടെ മുഖത്തേക്ക് നോക്കി അയാൾ. ആ മുഖത്തെ കോപം ഇനിയും തണുത്തിട്ടില്ല. കോപമല്ല. അനുസരണക്കേട് കാട്ടിയതിലുള്ള അമർഷമല്ല. കടുത്ത വെറുപ്പാണാ മുഖത്ത്. വീണ്ടും എന്തോ പറയാൻ നാവിൽ വന്നത് പണിപ്പെട്ട് ഒതുക്കുകയാണ് ലളിത.

വിജയൻ പെട്ടി ഉരുട്ടിക്കൊണ്ടു വന്നു. അവരുടെ കൂടെ അയാളും പുറത്തേക്ക് നടന്നു. കാറിന്റെ അടുത്തുവരെ പെട്ടി ഉരുട്ടി, വിജയൻ. അതിനു പിന്നിൽ, സാരി ചുമലിലൂടെ ചുറ്റിപ്പറത്തിക്കൊണ്ട് ലളിത. വിജയന്റെ ബ്രീഫ്കെയ്സ് ഇപ്പോൾ ലളിതയുടെ കൈയിലാണ്. ഏറ്റവും പിന്നിലായി, അയാൾ. സുനിത അയാളുടെ കൈ പിടിച്ചിട്ടുണ്ടായിരുന്നു. സുനിതയുടെ കൂടെ അയാൾ അനുസരണയോടെ നടന്നു.

"അച്ഛൻ കേറിക്കോളൂ." കാറിന്റെ വാതിൽ തുറന്നുപിടിച്ചുകൊണ്ട് വിജയൻ പറഞ്ഞു.

"നിങ്ങള് പൊയ്ക്കോളിൻ. എനിക്ക് വേറെ കാറ്ണ്ട്."

"ഇതില് എല്ലാർക്കുംകൂടി പോയാലെന്താ?" വീണ്ടും മുഖം തുടുപ്പിച്ചുകൊണ്ട് ലളിത ചോദിച്ചു.

"വേണ്ട. ഏതായാലും ഇവിടെവരെ വന്ന സ്ഥിതിക്ക് ഡോക്ടറേയും കണ്ടിട്ട് പോകാം."

"ഞങ്ങളും വരാം ഡോക്ടറുടെ അടുത്തേക്ക്." വിജയൻ പറഞ്ഞു.

"വേണ്ട. നിനക്ക് യാത്രാക്ഷീണംണ്ടാവും. പൊയ്ക്കോ. ഞാൻ വന്ന ടാക്സി അതാ അവടെ കെടക്ക്ണ്ണ്ട്" അയാൾ പിന്നെ മുന്നോട്ട് നടന്നു. ലളിതയുടെ വാക്കുകൾ അപ്പോഴും അയാളുടെ കാതുകളിൽ വീണു. "അഹമ്മതി കൂടുന്നുണ്ട്. ഈയിടെയായി. ഒരേ വീട്ടിൽനിന്ന് ഒരേ സ്ഥലത്തേക്ക് മൂന്നാളുകൾക്ക് വരാൻ രണ്ടു കാറുകൾ... സമ്പാദിച്ചുവെച്ചിട്ടുണ്ടല്ലോ."

വിജയൻ അവളെ വിലക്കിയതുമില്ല.

അയാൾ തിരിഞ്ഞുനോക്കിയില്ല. വെറുതെ മനസ്സിൽ ചോദിച്ചു. സ്ത്രീ ധനം വാങ്ങാൻ നിർബന്ധിച്ചിട്ടും വാങ്ങില്ലെന്നു ശഠിച്ചതിന്റെ ശിക്ഷ യാണോ ഇത്!

"നമുക്കൊന്ന് കൃഷ്ണാ ഹോസ്പിറ്റലിലേക്ക് പോകാം." കാറിൽ കയറിയിരുന്നുകൊണ്ട് അയാൾ ഡ്രൈവറോട് പറഞ്ഞു.

"ശരി." ഡ്രൈവർ കാറ് മുന്നോട്ടെടുത്തു.

കുറെ മുന്നിലായി വെളുത്ത അംബാസഡർ പൊടി പറത്തിക്കൊണ്ട് പോകുന്നത് അയാൾ കണ്ടു.

കൃഷ്ണാ ഹോസ്പിറ്റലിൽ നിന്ന് വലത്തോട്ട് തിരിയേണ്ട ജംഗ്ഷ നിൽ നിന്ന് ഇടത്തോട്ട് തിരിഞ്ഞാൽ നീലമാണ്. ത്രീസ്റ്റാർ ഹോട്ടൽ. അവിടെ ബാറുണ്ട്. പണ്ടൊക്കെ കാബറേയുമുണ്ടായിരുന്നു.

"ഡ്രൈവർ..." അയാൾ പിന്നിലിരുന്നു വിളിച്ചു.

ഡ്രൈവർ വേഗത കുറച്ചുകൊണ്ട് തിരിഞ്ഞുനോക്കി.

എത്ര കാലമായിരിക്കുന്നു, മദ്യപിച്ചിട്ട്! പത്തുവർഷമെങ്കിലുമാകും. എല്ലാം ഒരു വാശിക്ക് നിർത്തിയതായിരുന്നു. അയാൾ വാച്ചിൽ നോക്കി. പതിനൊന്നു മണി കഴിഞ്ഞിരിക്കുന്നു.

അല്ലെങ്കിൽ വേണ്ട!

"ഒന്നുമില്ല." അയാൾ പറഞ്ഞു: "പോകാം."

കാറിന് വീണ്ടും സ്പീഡുകൂടി.

ഒരു സിഗരറ്റ് വലിക്കണമെന്നും അയാൾക്കു തോന്നി. വെറുതെ. ഇത്രയും നാൾക്കുശേഷം വെറുതെ ഒരു തോന്നൽ. അപൂർവമായേ ഇങ്ങനെയുള്ള ആഗ്രഹങ്ങൾ മനസ്സിലേക്ക് കടന്നുവരാറുള്ളൂ.

കാല് നീട്ടിവെച്ച് അയാൾ മുട്ടിൽ പതുക്കെ തടവിക്കൊണ്ടിരുന്നു. മുണ്ട് ഒരു വശത്തേക്ക് മാറ്റി മുട്ടിലേക്ക് നോക്കി. ഇല്ല, പഴുക്കുന്നൊന്നു മില്ല. അല്ലെങ്കിൽത്തന്നെ, ഇന്നലെ പറ്റിയ മുറിവ് ഇന്ന് പഴുക്കാൻ തുടങ്ങുമോ? സാധാരണ കഴിക്കാറുള്ളതിനേക്കാൾ ഒരു ഗുളിക അധികം കഴിക്കുകയും ചെയ്തിട്ടുണ്ട്, രാവിലെ.

ഇല്ല. ഒന്നുമുണ്ടാവില്ല.

അയാൾ സീറ്റിലേക്ക് തല ചായ്ച്ച് പതുക്കെ കണ്ണുകളടച്ചു.

ഹോസ്പിറ്റലിനു മുന്നിലെ പോർച്ചിൽ ഡ്രൈവർ കാറ് നിർത്തി.

അയാളിറങ്ങി.

തിരക്കുണ്ട്. ഡോക്ടർ കൃഷ്ണമോഹനെ കാണാൻ ഏറെനേരം കാത്തുനിൽക്കേണ്ടിവരുമോ ആവോ! അയാൾ വിചാരിച്ചു. രോഗഭാരം കൊണ്ട് തൂങ്ങുന്ന കണ്ണുകളുള്ള ആളുകളുടേയും നിർത്താതെ കരയുന്ന കുട്ടികളുടേയും ഒരു വലിയ ക്യൂ തന്നെയുണ്ട്. ധൃതിയിൽ കോണിയിറങ്ങു കയും കയറുകയും ചെയ്യുന്ന നേഴ്സുമാർ. സ്ട്രെച്ചറുമെടുത്ത് തിരക്കിട്ട് പോകുന്ന ജോലിക്കാർ, എവിടെയൊക്കെയോ മുഴങ്ങുന്ന ടെലിഫോൺ

ബെല്ലുകൾ. വസ്ത്രങ്ങളുടെയും പിറുപിറുക്കലുകളുടെയും നേർത്ത മർമരം. ഒരു ചാറ്റൽമഴ പെയ്യുന്നതുപോലെ.

ഒന്നാംനിലയിലാണ് കൃഷ്ണമോഹന്റെ മുറി. കാർഡെടുത്തിട്ടു വേണം പോകാൻ എന്നൊക്കെയാണ് നിയമം. അതൊന്നും, പക്ഷേ, അയാൾ പാലിക്കാറില്ല. എല്ലാ നിയമങ്ങളും പാലിക്കാൻ നിന്നാൽ ഏറ്റവും പിന്നിലേക്ക് തള്ളപ്പെടുകയാവും ഫലം. അനുഭവംകൊണ്ട് അയാൾ അറിഞ്ഞിരിക്കുന്നു. എത്ര വർഷങ്ങളുടെ അനുഭവം!

കൃഷ്ണമോഹൻ മുറിയുടെ പുറത്തേക്ക് ഇറങ്ങുകയായിരുന്നു. അയാളെകണ്ട് ഡോക്ടർ പെട്ടെന്ന് നിന്നു.

“ഹലോ.” ഡോക്ടർ പറഞ്ഞു. പിന്നെ അയാൾ നൊണ്ടുന്നതുകണ്ട് ചോദിച്ചു: “എന്തുപറ്റി?”

“ഇന്നലെ ഒന്ന് വീണു.”

“നോക്കട്ടെ വരൂ.”

“ഡോക്ടർ അർജന്റായിട്ട് എവിടേക്കെങ്കിലും പൂവ്വാണെങ്കില് ഞാൻ വെയ്റ്റ് ചെയ്യാം.”

“ഏയ് അർജന്റൊന്നൂല്യ. വരൂ.”

ഡോക്ടറുടെ മുറിയുടെ മുന്നിൽ അധികം പേരൊന്നും കാത്തിരിക്കുന്നില്ല. ഭാഗ്യം! ഉണ്ടെങ്കിൽതന്നെയും അവർക്കൊന്നും പരിഭവം തോന്നാത്ത വിധത്തിൽ ഒരു എമർജൻസി കേസ് കൈകാര്യം ചെയ്യും പോലെയാണ് ഡോക്ടർ അയാളെ അകത്തേക്കു വിളിച്ചുകൊണ്ടു പോയത്.

ഡോക്ടർ മുറിവു നോക്കി.

“സാരല്യ.” ഡോക്ടർ പറഞ്ഞു. “ഞാനൊരു ഇൻജെക്ഷൻ തരാം. ബ്ലഡ്ഡും യൂറിനും ഒന്ന് ടെസ്റ്റ് ചെയ്യാം. കുറച്ചായില്ലേ നോക്കിയിട്ട്.”

ഡോക്ടർ കൃഷ്ണമോഹനനോടാണ് അയാൾ പരിഭവവും പരാതിയുമൊക്കെ പറയാറ്. അതൊന്നും അത്ര സാരമാക്കേണ്ട. ഡോക്ടർ പറയും. പണ്ടൊരു സിംഹമായിരുന്നില്ലേ? എല്ലാവരേയും വിറപ്പിച്ചു നടന്ന സിംഹം? ഇപ്പോൾ ആർക്കെങ്കിലും വഴങ്ങിക്കഴിയുന്നതും ഒരു കൗതുകമല്ലേ?

അതേ, അതും ശരിയാണ്...

രക്തമെടുത്തുകഴിഞ്ഞ് നേഴ്സ് സൂചി വലിച്ചെടുക്കുമ്പോഴാണ് ലാബറട്ടറിയുടെ മുന്നിൽ പുറത്ത് ബഹളം കേട്ടത്. ഒരു കാറ് സ്പീഡിൽ ഇരച്ചുവന്നു. സ്ട്രെച്ചറുമെടുത്തുകൊണ്ട് കാറിനടുത്തേക്ക് പച്ച യൂണിഫോറമിട്ട ജോലിക്കാർ ഓടി.

നേഴ്സ് ഒന്നു തല ചെരിച്ചുനോക്കി. എന്നിട്ടു പറഞ്ഞു.

“ഏതോ ആക്സിഡന്റാവും.”

അയാൾ പുറത്തേക്കു കടന്നു.

സുനിതയുടെ പച്ചപ്പട്ടുപാവാടയുടെ പിൻവശമാണ് അയാളുടെ

കണ്ണുകളിൽപ്പെട്ടത്. അതിന്റെ മുന്നിൽ ലളിത. അതിനും മുന്നിൽ രണ്ടു സ്ട്രെച്ചറുകൾ.

ഒരു ഞെട്ടലോടെ അയാൾ അല്പനേരം തരിച്ചുനിന്നു. പിന്നെ, ധൃതിയിൽ, വഴിതടഞ്ഞുനിന്നവരെ തള്ളിമാറ്റിക്കൊണ്ട് മുന്നോട്ടു നടന്നു. അയാളുടെ മുട്ടുവേദന പെട്ടെന്ന് മാറിയതുപോലെ തോന്നി. ഡോക്ടർ ഇൻജെക്ഷൻ തന്നതുകൊണ്ടാവും. അയാൾ വിചാരിച്ചു.

ലളിതയുടെ മുഖം ആകെ വിളറിയിരിക്കുന്നു. മുടി പാറിപ്പറക്കുന്നു. കണ്ണീർവീണ് അവളുടെ മുഖമാകെ നനഞ്ഞിരിക്കുന്നു.

“എന്താണ്? എന്തുപറ്റി?”

“മുത്തച്ഛാ” - സുനിത കരഞ്ഞുകൊണ്ട് അയാളുടെ ചുമലിലേക്കു ചാഞ്ഞു. അവളുടെ ശരീരം കിടുകിട വിറയ്ക്കുന്നുണ്ടായിരുന്നു. അയാൾ അവളെ താങ്ങിപ്പിടിച്ചു.

സ്ട്രെച്ചറുകൾ കാഷ്വാൽറ്റിയിലേക്ക് നീങ്ങി. വാതിലടഞ്ഞു.

“എന്താണുണ്ടായത്?” അയാൾ ലളിതയോട് ചോദിച്ചു. അവൾ എന്തൊക്കെയോ പിറുപിറുക്കുകയാണ്.

“ലളിത അവിടെ ആ കസേരയിൽ ഇരിക്കൂ.” അയാൾ പെട്ടെന്ന് ആജ്ഞാപിച്ചു. അതുകഴിഞ്ഞ് സുനിതയേയും അയാൾ അവിടെ പിടിച്ചിരുത്തി.

കോണിയുടെ ഈരണ്ടു പടികൾ വീതം ചാടിക്കയറിക്കൊണ്ട് അയാൾ ഒന്നാം നിലയിലെത്തി. ഡോക്ടർ കൃഷ്ണമോഹന്റെ മുറിയുടെ വാതിൽ തള്ളിത്തുറന്നു. ഡോക്ടറും നേഴ്സും കൺസൾട്ടേഷൻ ടേബിളിലെ രോഗിയും അമ്പരപ്പോടെ തലയുയർത്തി.

കിതപ്പു തള്ളുന്ന വാക്കുകളിൽ അയാൾ കൃഷ്ണമോഹനോട് വിവരം പറഞ്ഞു. ഡോക്ടർ താഴേക്കു വന്നു. കാഷ്വാൽറ്റിയിൽ ചെന്ന് തിരിച്ചുവന്നു.

“സാരമില്ല. നെറ്റിയിൽ ചെറിയൊരു മുറിവ്. ഡ്രൈവറുടെ കൈയിലും ഫ്രാക്ചറുണ്ട്. വൈകുന്നേരംവരെ ഇവിടെ കിടക്കട്ടെ. ഒബ്സർവേഷന്.”

ഡോക്ടർ മുകളിലേക്കുതന്നെ പോയി.

കസേരയിലിരുന്ന് ലളിത ഉറക്കെയുറക്കെ കരയാൻ തുടങ്ങിയിരിക്കുന്നു. ഇപ്പോൾ എന്തൊക്കെയോ പുലമ്പുന്നുമുണ്ട്. കാഷ്വാൽറ്റിയുടെ മുന്നിലും അപ്പുറത്ത് എൻക്വയറി കൗണ്ടറിലും നിൽക്കുന്ന ആളുകൾ അവളെ തുറിച്ചുനോക്കുന്നു.

ലളിത പെട്ടെന്ന് നെഞ്ചത്തടിച്ചുകൊണ്ട് അലമുറയിട്ടു. സുനിത പോലും ഒന്നു ഞെട്ടി.

അയാൾ ലളിതയുടെ മുന്നിൽ ചെന്നുനിന്നു. ലളിത പെട്ടെന്ന് എഴുന്നേറ്റു.

“എന്താ, എങ്ങനെയുണ്ട്?” ലളിത വിറയ്ക്കുന്ന ശബ്ദത്തിൽ അലറി.

“ഒന്നുമില്ല. നിങ്ങൾ വീട്ടിലേക്കു പൊയ്ക്കോളൂ. കാറ് എവിടെയാണ്?”

“കാറ്! കാറ് പോയിത്തുലയട്ടെ. വിജയേട്ടന് എങ്ങനെയുണ്ടെന്ന്?”

“ഞാൻ വന്ന കാറിൽ പൊയ്ക്കോളൂ.” അയാൾ പിന്നെ കസേരയിൽ ആകാംക്ഷ നിറഞ്ഞ മുഖവുമായി ഇരിക്കുന്ന സുനിതയുടെ നേർക്ക് തിരിഞ്ഞുകൊണ്ട് പറഞ്ഞു: “പോകുംവഴി നമ്മുടെ കാറിൽനിന്ന് പെട്ടിയും എടുത്തോളൂ.”

“ഞാൻ പോവില്ല.” ലളിത പെട്ടെന്ന് പറഞ്ഞു.

“ലളിത പൊയ്ക്കോളൂ. കാറ് വഴിയിൽ കിടക്കുകയാണ്. അതിൽ സാധനങ്ങളുണ്ട്.” അയാളുടെ ശബ്ദത്തിൽ പണ്ടെന്നോ തേഞ്ഞുപോയ മൂർച്ച പെട്ടെന്ന് വന്നു.

ലളിത ഒന്നു ഞെട്ടി.

“വിജയേട്ടന് എങ്ങനെണ്ട്ന്നറിഞ്ഞിട്ടേ ഞാൻ പോകൂ.”

“വിജയന് കുഴപ്പൊന്നൂല്യ. ഇവിടെ ഞാനുണ്ടാവും...” അയാൾ അവളുടെ ചുമലിൽ പിടിച്ച് മുന്നോട്ടു നടക്കാനാഞ്ഞു. ലളിത കുതറി.

“അച്ഛൻ പൊയ്ക്കോളൂ. ഞാൻ ഇവിടെ ഇരിക്കാണ്.” ലളിത മൂക്കു ചീറ്റിക്കൊണ്ടു പറഞ്ഞു.

“ഷട്ടപ്പ്. ആൻഡ് ഡു യു ഐ സേ.” വളരെക്കാലങ്ങൾക്കുശേഷം അയാൾക്കു പെട്ടെന്ന് അരിശം വന്നു.

ഗത്യന്തരമില്ലാതെ, അമ്പരന്ന മുഖവുമായി ലളിത മുന്നോട്ട് നടന്നു. ആശുപത്രിയുടെ പടവുകളിറങ്ങുമ്പോൾ അവൾ പിന്നെയും മുഖം പൊത്തി പൊട്ടിക്കരഞ്ഞു.

ലളിതയേയും സുനിതയേയും കാറിൽ കൊണ്ടുചെന്നാക്കി അയാൾ. അവരെ വീട്ടിൽ കൊണ്ടുചെന്നാക്കാൻ ഡ്രൈവറോട് പറഞ്ഞു. വർക്ക് ഷോപ്പിൽനിന്ന് ഒരാളെ കാറിനടുത്തേക്ക് അയയ്ക്കാനും.

കാറിൽ സുനിതയുടെ മടിയിൽ തലവെച്ചു കിടന്നു കരഞ്ഞു ലളിത.

തിരിച്ചുവന്നപ്പോൾ, കാഷ്വാലിറ്റിയുടെ മുന്നിൽ ഡോക്ടർ കൃഷ്ണ മോഹൻ നിൽക്കുന്നുണ്ടായിരുന്നു. അയാൾ ഡോക്ടറോടൊപ്പം അകത്തേക്കു കടന്നു.

വിജയന്റെ നെറ്റിയിൽ ഒരു മുറിവുണ്ട്. അത് ഡ്രസ് ചെയ്തു കഴിഞ്ഞിരിക്കുന്നു. വിജയൻ അയാളെ നോക്കി പുഞ്ചിരിച്ചു. എഴുന്നേൽക്കാൻ ശ്രമിച്ചു.

“വേണ്ട, കെടന്നോ.”

“ലളിത?”

“വീട്ടിലേക്കു പോയി.”

”‘അതെന്തേ?”

“ഞാൻ പറഞ്ഞയച്ചു.”

വിജയൻ നിവർന്നുകിടന്ന് പതുക്കെ കണ്ണുകളടച്ചു.

കട്ടിലിൽ കണ്ണുകളടച്ചു കിടക്കുന്ന മകന്റെ മുഖത്ത് ഒരു ചെറുചിരി വിരിയുന്നത് അയാൾ വാത്സല്യത്തോടെ നോക്കി. ■

ഈശ്വരനും ഇന്ത്യയും മറ്റും

മാദം റോഷ എന്ന സുഗന്ധദ്രവ്യത്തിന്റെ വിരൽത്തുമ്പു പിടിച്ചു ഗണപതിഹോമത്തിന്റെ സുഗന്ധം ഇങ്ങു കോണിച്ചുവടുവരെ ഇറങ്ങി വന്നു. ഒരുമിച്ചു സ്വപ്നാടനംകൊണ്ട കുട്ടികളെപ്പോലെ, കോണിച്ചുവട്ടി ലെവിടെയോ, ദിക്കു തോന്നാതെ ഇടംവലം തിരിഞ്ഞു. പരുങ്ങി, പിന്നെ, പുറത്തുനിന്നൂതിയ ചൂടുകാറ്റിലേക്ക് ഇറങ്ങിപ്പോയി.

സുലോചന ഒന്നു കവിൾ ചുളിച്ചു.

വലിയ വയറുംവെച്ചു നടക്കാൻ സുലോചനയ്ക്ക് വല്ലാതെ ബുദ്ധി മുട്ടനുഭവപ്പെടുന്നുണ്ടെന്നു തോന്നുന്നു; കോണി കയറാൻ പ്രത്യേകിച്ചും. കാൽമുട്ടുകളിൽ കൈയമർത്തി കോണിയുടെ മരക്കൈപ്പിടിയിൽ വലംകൈ ചേർത്തുവെച്ച് അവൾ പതുക്കെ കയറി. പടിയിൽ ഉരഞ്ഞു രഞ്ഞ് സ്വർണവളകൾ കിലുക്കം പാഞ്ഞു.

"ഞാൻ പിടിക്കണോ?" വാസുദേവൻ തല ചെരിച്ചുകൊണ്ടു ചോദിച്ചു.

"ഉം. ഉം." കവിളത്തു തളിർത്ത വിയർപ്പ് ഇടത്തെ പുറംകൈകൊണ്ടു തുടച്ചു തലകുലുക്കിച്ചിരിച്ചു, സുലോചന.

"ഫസ്റ്റ് ഫ്ളോറിലേക്ക് ലിഫ്റ്റില്യ." അല്പം കുറ്റബോധത്തോടെ വാസുദേവൻ പറഞ്ഞു. സുലോചനയ്ക്ക് വലിയ താത്പര്യമൊന്നും ഉണ്ടായിരുന്നില്ല, സ്വാമിജിയെ കാണാൻ. അതുമല്ല, യാത്രയ്ക്കുള്ള ഒരുക്ക ങ്ങളൊക്കെ ബാക്കികിടക്കുന്നു. പക്ഷേ വാസുദേവന്റെ നിർബന്ധം. അയാളാവട്ടെ, ഗോവിന്ദൻകുട്ടി മേനോന്റെ നിർബന്ധംകൊണ്ട് കുടുങ്ങി പ്പോയതുമാണ്. പിന്നെ കരുതി അവിടെ ഒന്ന് ആളെ കാണിച്ചു പോരാം എന്ന്.

സുലോചനയും അതുതന്നെയാണ് കരുതിയത്.

"സാരല്യ വാസേ്വട്ടാ–" അവൾ പിന്നെയും പുഞ്ചിരിച്ചു. വെള്ളയിൽ കറുത്ത ബോർഡറുള്ള സാരിത്തലപ്പു ചുമലിലൂടെ ചുറ്റിപ്പിടിച്ചിട്ടു. താഴെ, സാരിയുടെ ഞൊറികൾ തൂങ്ങുന്നിടത്ത്, ചുവന്ന ചെരുപ്പിലമർന്ന അവളുടെ അല്പം നീരുവന്ന കാലുകളിലെ നീലഞരമ്പ് ഒന്നു പിടഞ്ഞു.

"സാരല്യ, ല്ലേ." വാസുദേവൻ സമാധാനിക്കുകയോ സമാധാനിപ്പി ക്കുകയോ ചെയ്തു.

ഹാളിനു മുമ്പിൽ, വാതിൽക്കൽ പ്ലാസ്റ്റിക് ചരടിൽ മാവിലകൾ ഞാന്നു. അതിനിടയിൽ, അരിമാവുകൊണ്ടെഴുതിയ ദേവനാഗരിയിലെ ‘ഓം’.

നിരത്തിയിട്ട ചെരുപ്പുകൾക്കിടയിൽ അവർ ചെരുപ്പഴിച്ചുവെച്ചു.

ഹാളിന്റെ വലിയ വാതിൽ തള്ളിത്തുറന്നു പിടിച്ചുകൊടുത്തു വാസുദേവൻ. ഗണപതിഹോമത്തിന്റെയും സുഗന്ധദ്രവ്യത്തിന്റെയും സമ്മിശ്ര ഗന്ധം വീണ്ടും അവരുടെ മുഖമൊഴിഞ്ഞു.

കുറച്ചുപേരേ ഹാളിലുണ്ടായിരുന്നുള്ളൂ. അങ്ങേയറ്റത്ത്, കാർപ്പെറ്റ് വിരിച്ച നിലത്ത്, ചുമരിൽ ചാരിവെച്ചിരിക്കുന്ന ഗുരുവായൂരപ്പന്റെ വലിയ ചിത്രം. തൊട്ടടുത്ത്, വേണുഗോപാലന്റെ ഒരു കൊച്ചുവിഗ്രഹം, സ്വർണ മാവണം. കാൽ പിണച്ചുവെച്ച് മുരളിയൂതുന്ന രൂപം.

“ഓം നമോ ഭഗവതേ വാസുദേവായ. ഓം നമോ ഭഗവതേ നാരായണായ.” കുറെ പെൺകുട്ടികൾ ഒരുമിച്ചു പാടിയ മന്ത്രം ടേപ്പിലൂടെ ചിതറി വീണുകൊണ്ടിരുന്നു. മധുരമുള്ള ശബ്ദത്തിന്റെ കൂടെ തപ്പാണികൾ കിലുങ്ങി. അതോടൊപ്പം, ഹാളിലാകെ നനുത്ത നിലാവു പൊടിയുന്നുണ്ടെന്ന് വാസുദേവനു തോന്നി.

സുലോചന എന്തോ ഓർത്തു പതുക്കെ ചിരിച്ചു. സൂര്യൻ മയങ്ങിയിറങ്ങുന്ന സന്ധ്യകളിൽ, അയാളുടെ തലമുടിയിലൂടെ നഖം മിനുങ്ങുന്ന വിരലുകളോടിച്ചുകൊണ്ട് സുലോചന പറയാറുണ്ടായിരുന്നു: ഓം നമോ ഭഗവതേ വാസുദേവായ.

ഹാളിനുള്ളിൽ വല്ലാത്ത തണുപ്പ്. പുറത്തെ ചൂടിൽനിന്നു കയറി വന്നതുകൊണ്ട് തോന്നുന്നതാവാം, ഒരുപക്ഷേ.

“ആ വരൂ, വരൂ...”

വാസുദേവൻ നോക്കി – ഗോവിന്ദൻകുട്ടിമേനോൻ. നരച്ച ചെന്നിരോമങ്ങളിൽനിന്ന് ആക്രമിച്ചുകയറിയ കഷണ്ടി. നേർത്ത പച്ചക്കരയുള്ള മുണ്ട്. ഇളംമഞ്ഞ സിൽക്കുജുബ്ബ. ജുബ്ബായ്ക്കുള്ളിലൂടെ, മാറിൽ തിളങ്ങുന്ന സ്വർണമണിമാല.

എപ്പോഴും തോന്നും, എന്തൊരു മാറ്റമാണ് ഗോവിന്ദൻകുട്ടിമേനോന്.

ഗോവിന്ദൻകുട്ടി മേനോനെ കാണുമ്പോഴൊക്കെ പഴകിമുറിഞ്ഞ ഒരു ചിത്രമാണ് വാസുദേവൻ ഓർമ്മകൊള്ളാറ് പതിവ്. വെള്ളയിൽ നീല ക്കള്ളികളുള്ള സ്ലാക്ക് ഷർട്ടിനു മുകളിലേക്കു മുണ്ടു മടക്കിക്കെട്ടി, കുന്നുകൂട്ടിയ കതിർക്കറ്റകൾക്കു മുമ്പിൽനിന്നു കൈയും കലാശവുമായി പണിക്കാരോട് ആജ്ഞാപിക്കുന്ന ചിത്രം. കളമുറ്റത്തെ സിമന്റുവിരിയുടെ തുമ്പത്ത് പതിര് ചിനക്കുന്ന കോഴികൾ ആ ശബ്ദം കേട്ടു കൊക്കരച്ചു പറക്കും. കതിർക്കറ്റകളിൽ താളത്തിലമരുന്ന കുഴിനഖംകുത്തിയ കാലടികൾ ഒന്നു പതറും.

ആ കാലവും കഴിഞ്ഞു. പിന്നെ, ഇപ്പോൾ മരുഭൂമിയിലെ കോൺട്രാക്ടിങ് കമ്പനിയിൽ ഫോർമാനായിരിക്കുന്നു. ഇപ്പോഴൊക്കെ ദൈവവിധിയെന്നാണ് ഗോവിന്ദൻകുട്ടിമേനോൻ പറയാറ്.

“നേർത്ത്യായേ്യാ?” വാസുദേവൻ ചോദിച്ചു.

“ഏയ്, ഇല്ലില്ല.” ചെന്നിയിലൂടെ നീണ്ട വിരലോടിച്ചു ഗോവിന്ദൻകുട്ടി മേനോൻ. എന്നിട്ട്, ചുവപ്പിൽ മഞ്ഞ വൃത്തങ്ങളുള്ള കാർപ്പെറ്റിൽ നോക്കിക്കൊണ്ടു നിൽക്കുകയായിരുന്ന സുലോചനയോടു ചോദിച്ചു: “നാളെ നാട്ട്പ്പൂവ്വാണ് ല്ലേ?”

“ഉം.” സുലോചന മൂളി.

“ദാ, അങ്ങട് നടന്നോളൂ, ആ ചെറിയ മുറീലിക്ക്. അവിടെ സോഫേലിരിക്കാം.” ഗോവിന്ദൻകുട്ടിമേനോൻ വിരൽചൂണ്ടി, “അമ്മ്യൊക്കെ അവടെണ്ട്.”

സുലോചന കണ്ണുകൾ ചെറുതാക്കി ചിരിച്ചു, എന്നിട്ട് വിരൽചൂണ്ടിയ ഭാഗത്തുള്ള മുറിയുടെ നേർക്കു പതുക്കെ നടന്നു.

“അവരൊക്കെ അവടെ പൂവ് നേര്യാക്ക്വാണ്.” ഒരനുബന്ധംപോലെ ഗോവിന്ദൻകുട്ടി മേനോൻ പറഞ്ഞു.

ജനലിനടുത്തിട്ട സ്റ്റൂളിൽ ചമ്രം പടിഞ്ഞിരിക്കുന്ന വെള്ളക്കാരനെ ശ്രദ്ധിക്കുകയായിരുന്നു വാസുദേവൻ. നീലക്കൃഷ്ണമണികൾ എവിടെയോ ഊന്നി, നേർത്ത ചുണ്ടുകളിൽ ഏതോ മന്ത്രം തെന്നിച്ച് ഇരിക്കുന്ന വെള്ളക്കാരനെ. അയാളുടെ നരച്ച നീല ജീൻസും മറച്ചുകൊണ്ട് കാവിജുബ്ബ സ്റ്റൂളിന്റെ വശങ്ങളിലേക്ക് ഇറങ്ങിത്തുടങ്ങി. മെലിഞ്ഞു വിളർത്ത വിരലുകൾക്കിടയിൽ തുളസിമാല ഞെരിഞ്ഞു.

“സ്വാമിജിയുടെ പ്രധാനശിഷ്യനാണ്. അമേരിക്കക്കാരനാ. കോളേജ് പ്രൊഫസറേരുന്ന്ത്രെ.” ഗോവിന്ദൻകുട്ടിമേനോൻ വിശദീകരിച്ചു.

വാസുദേവൻ വെറുതെ ചിരിച്ചു.

ഗോവിന്ദൻകുട്ടിമേനോൻ പണ്ടു യുക്തിവാദിയായിരുന്നുവെന്ന് വാസുദേവന് ഓർമ്മവന്നു. എല്ലാ ദൈവങ്ങളുടെയും എല്ലാ വിഗ്രഹങ്ങളുടെയും തലയ്ക്കടിച്ചു നടന്ന കാലമുണ്ടായിരുന്നു. പിന്നെ പൊടുന്നനെ മാറിയപ്പോൾ ആകപ്പാടെ മാറിപ്പോയി.

വാസുദേവൻ അന്നും ഒരു വാദിയും ആയിരുന്നില്ല. ടേപ്പിൽനിന്നുള്ള സംഗീതാത്മകമായ മന്ത്രം തുടർന്നുപോയി. ഇടയ്ക്കിടെ ഹാളിന്റെ വാതിൽ തള്ളിത്തുറന്ന് ഒന്നോ രണ്ടോ പേർ വന്നുകൊണ്ടിരുന്നു. അപ്പോഴൊക്കെ ഉഷ്ണത്തിന്റെ ഓരോ തുണ്ട് ഹാളിലേക്കു തിരക്കിക്കയറി.

കുട്ടിക്കാലംതന്നെ ഒരമ്പലമുറ്റത്താണ്. അഞ്ജനവിഗ്രഹത്തിന്റെ കണ്ണും വെട്ടിച്ച് മോഷ്ടിക്കുന്നവർ ഏറെ വളർന്ന അമ്പലമുറ്റത്ത്. അന്നൊക്കെ സൂര്യോദയത്തിനു മുമ്പ്, അമ്മയുടെ കൈയും പിടിച്ചു പ്രദക്ഷിണം വെക്കുമ്പോൾ പ്രദക്ഷിണവരിയുടെ ഇരുളടഞ്ഞ മൂലയിലെ ഭണ്ഡാരപ്പെട്ടിയിൽനിന്ന് ഈർക്കിലകൊണ്ടു നോട്ടുകൾ തോണ്ടിയെടുക്കുന്ന ഒരു നമ്പൂതിരിയേയും വാസുദേവൻ കണ്ടിരുന്നു. ഉറക്കംതൂങ്ങുന്ന കണ്ണുകൾ അന്നു വേദനിച്ചു. ഇപ്പോഴും വേണമെങ്കിൽ ശുക്ലാംബരധരം

വിഷ്ണും എന്ന മന്ത്രത്തിന്റെ താളം മനസ്സിലേക്കു വരുത്താൻ സാധിക്കും, ഒന്നു മിനക്കെട്ടാൽ.

“വിത്സനെ പരിചയപ്പെടണോ?” ഗോവിന്ദൻകുട്ടിമേനോൻ ചോദിച്ചു.

“ആരെ?”

“വിത്സനേയ്; ആ സായ്‌വിന്റെ പേരതാണ്.”

“വേണ്ട.” വാസുദേവൻ ചിരിച്ചുകൊണ്ടുതന്നെ പറഞ്ഞു.

എവിടെനിന്നോ പ്രത്യക്ഷപ്പെട്ടതുപോലെ അപ്പോൾ എത്തിപ്പെട്ട ഒരു തടിച്ച സ്ത്രീ പതുക്കെ വിത്സന്റെ അടുത്തേക്കു നീങ്ങിനിൽക്കുന്നതു കണ്ട അയാളെ ചുമലിൽത്തൊട്ടു വിളിച്ചു. കുനിഞ്ഞുനിന്ന് എന്തൊക്കെയോ പറഞ്ഞു. സായ്‌വ് ചിരിച്ചു തലകുലുക്കി. പിന്നെ കണ്ണടച്ചിരുന്നു. തടിച്ച സ്ത്രീ എന്തോ ഓർക്കുന്നതുപോലെ നടിച്ച്, ലിപ്സ്റ്റിക്കിട്ട ചുണ്ടുകളിൽ ചൂണ്ടുവിരൽ തടവിക്കൊണ്ട് അവിടെത്തന്നെ നിന്നു.

മാക്സിയുടെ ഇറക്കം കാരണം നടക്കാൻ ബുദ്ധിമുട്ടിയ ഒരു പെൺകുട്ടി ശ്രീകൃഷ്ണവിഗ്രഹത്തിനു മുന്നിലേക്കു ചന്ദനത്തിരികൾ കൊണ്ടുവന്നുവെച്ചു.

അകത്തെ മുറിയിൽനിന്ന് ഒരു സ്റ്റീൽപ്പാത്രം നിറയെ പൂക്കളുമായി അമ്മു വരുന്നതും വാസുദേവൻ കണ്ടു.

“നോക്കൂ ഉണ്ണ്യേട്ടാ, ഇങ്ങനെ മതീല്ലേ?” ഗോവിന്ദൻകുട്ടിമേനോന്റെ ചുമലിൽ തൊട്ടുകൊണ്ട് അമ്മു ചോദിച്ചു.

“ആ...” ഗോവിന്ദൻകുട്ടിമേനോൻ പറഞ്ഞു: “അതങ്ങട് വെച്ചോളൂ.”

അമ്മു, പിന്നെ വാസുദേവനെ നോക്കി പുഞ്ചിരിച്ചു. എന്നിട്ട് പറഞ്ഞു: “സുലോചന അകത്തുണ്ട് ട്ട്വോ. പരിഭ്രമിക്കണ്ട.”

വാസുദേവൻ അവരുടെ തീയുടെ നിറമുള്ള സാരിയിലെ നീല ബോർഡർ നോക്കി വെറുതെ ചിരിച്ചുനിന്നു.

ഒന്നുകൂടെ ചിരിച്ച്, പൂപ്പാത്രവുമായി അമ്മു ഗുരുവായൂരപ്പന്റെ പടം വെച്ചിരിക്കുന്നിടത്തേക്ക് നടന്നു.

അമ്മു തടിച്ചിരിക്കുന്നു. വാസുദേവൻ മനസ്സിൽ പറഞ്ഞു. മരുഭൂമിയിലേക്കു വരുമ്പോൾ മെല്ലിച്ചു വിളർത്തിരുന്നതാണ്. സുലോചന ചോദിക്കും: “ഈ സ്ത്രീയുടെ മുഖത്ത് എപ്പോഴും ഒരു വിഷാദഭാവമാണ്, അല്ലേ വാസ്വേട്ടാ?”

“ഇന്നത്തെ ട്രിവാൻഡ്രം ഫ്ളൈറ്റിന് വരുത്തീതാണ് പൂക്കൾ.” ഗോവിന്ദൻകുട്ടിമേനോൻ പറഞ്ഞു.

“ഓഹോ!”

“ഉം... ഇവിട്യൊന്നും നൊമ്മടെ പൂക്കൾ കിട്ടില്യല്ലോ. മാർക്കറ്റിൽ ഒരു സ്ഥലമുണ്ട്. സ്വിറ്റ്സർലൻഡിൽനിന്നു വരണത്. ഒക്കെ ബൊക്ക്യാക്കി വെച്ചിരിക്കുണു. നൊമ്മക്ക് പറ്റില്ല. മുടിഞ്ഞ വെലേം!!”

"നല്ല ബുദ്ധിമുട്ടന്നെ, ല്ലേ?"

ഗോവിന്ദൻകുട്ടിമേനോൻ ഒരു വൃഥായത്നത്തിന്റെ ക്ഷീണം മറക്കാനെന്നപോലെ ചിരിച്ചു: "സ്വാമിജിക്ക് പൂക്കളൊന്നും വേണംന്നില്യാത്രെ. വിത്സൻ പറയേയ്. ഇദ് ചെല ഗുജറാത്ത്യോൾടെ നിർബന്ധാ."

ഹാളിൽ പതുക്കെ ആളുകൾ നിറയാൻ തുടങ്ങിയിരിക്കുന്നു. വന്നവർ വന്നവർ കാർപ്പെറ്റിൽ ചമ്രം പടിഞ്ഞിരുന്നു. തമ്മിൽത്തമ്മിൽ പതിഞ്ഞ സ്വരത്തിൽ ഓരോന്നു സംസാരിക്കാനും തുടങ്ങി. ടേപ്പിലൂടെ ഈണത്തിലൊഴുകുന്ന മന്ത്രം ആരും ശ്രദ്ധിക്കുന്നില്ലെന്നു തോന്നി. ഒരുപക്ഷേ ഏതോ സമയംകൊല്ലി സിനിമാപ്പാട്ടുപോലെയോ മറ്റോ.

കാർപ്പെറ്റിൽ മുൻനിരയിൽ നിരന്നിരുന്നു കുട്ടികൾ കളിച്ചു. പൂവുണ്ടയുണ്ടാക്കി എറിഞ്ഞുകളിക്കുന്ന മഞ്ഞഫ്രോക്കിട്ട പെൺകുട്ടിയെ വാസുദേവൻ പ്രത്യേകം ശ്രദ്ധിച്ചു. പിന്നെ ഒരു ഉറങ്ങിയ ഓർമ്മപോലെ അറിഞ്ഞു. ഗോവിന്ദൻകുട്ടിമേനോന്റെ മകളാണ്.

"വാസൂന് ങ്ങനെ നിന്നിട്ട് കാലുകഴയ്ക്കുണുണ്ടോ? ദാ ആ കാർപ്പെറ്റിലിരിക്കാം."

"വേണ്ട, സാരല്യ. ഈ അരുക്ക്ല്യ്ക്ക് നീങ്ങിനിക്കാം."

വാസുദേവൻ ചുമരോരത്തേക്കു നീങ്ങി.

"ഞാൻ ന്നാ പ്പൊ വരാം ട്ട്വോ." ഗോവിന്ദൻകുട്ടിമേനോൻ അല്പം ധൃതിയിൽ വാതിലിനടുത്തേക്കു നടന്നു.

കൈകൾ മാറത്തു പിണച്ചുകൊണ്ട് ചുമരുംചാരിനിന്നു വാസുദേവൻ. അമ്മ മുമ്പെപ്പോഴോ ചൊല്ലിപ്പഠിപ്പിച്ച ഒരു സന്ധ്യാവന്ദനശ്ലോകം മനസ്സിൽ മൂളിക്കൊണ്ട്.

വിത്സന്റെ തൊട്ടടുത്തു നിന്നിരുന്ന തടിച്ച സ്ത്രീ ഇപ്പോഴും അവിടെത്തന്നെയുണ്ട്. അവർ ഇടയ്ക്കിടെ വിത്സന്റെ പുറത്തേക്കു ചാരുന്നുണ്ടോ എന്നും തോന്നി വാസുദേവന്. വെറുതെ ഇങ്ങനെ ചുമരോരത്തുനിന്ന് നോക്കുമ്പോൾ തോന്നുന്നതാവാം.

കുട്ടികൾ ബഹളം കൂട്ടിക്കൊണ്ടേയിരുന്നു. ഇടയ്ക്കിടെ അതിന് അവരുടെ അമ്മമാർ ശാസിച്ചു. എല്ലാംകൂടെ, വാസുദേവനാരായണമന്ത്രത്തിനും മുകളിൽ ഒരു വലിയ മൂളലായി ഹാളിൽ നിറഞ്ഞു.

ചെറിയ, ഓമനത്തം നിറഞ്ഞ മുഖമുള്ള, ഒരു സ്ത്രീ വാസുദേവന്റെ മുന്നിലൂടെ കടന്നുപോയി. അവരുടെ കൈപ്പുറത്ത്, വിരൽമുട്ടുകൾക്കു താഴെ തടിച്ച ഞരമ്പുകൾ പിടഞ്ഞെഴുന്നുനിന്നു. വിരൽത്തുമ്പു പിടിച്ചു നടന്ന ചെറിയ ആൺകുട്ടി ഇടയ്ക്കിടെ തുള്ളിക്കളിച്ചു. കഥകളിയിലെ സ്ത്രീവേഷങ്ങളെയാണ് വാസുദേവന് ഓർമ്മവന്നത്. ഭംഗിയുള്ള മുഖവും ഞരമ്പെഴുന്നുനിൽക്കുന്ന കൈകാലുകളുമുള്ള സ്ത്രീ വേഷങ്ങളെ.

സുലോചന എങ്ങനെയാണ് നിലത്തിരിക്കുക ആവോ! വാസുദേവൻ

വിചാരിച്ചു. വലിയ വയറുംവെച്ചു കസേരയിൽ ഇരിക്കാൻ തന്നെ അവൾ നന്നേ ബദ്ധപ്പെടാറുണ്ട്.

"ഹലോ... ഹലോ!" വാസുദേവന്റെ ചുമലിൽ ആരോ വിരലമർത്തി. തിരിഞ്ഞുനോക്കി. അയ്യപ്പൻകുട്ടി.

എണ്ണ മിനുങ്ങുന്ന കറുത്ത മുഖം. തടിച്ച കൺപോളകളിൽനിന്നു പുറത്തേക്കു തുറിച്ചുനിൽക്കുന്ന കണ്ണുകൾ. വെളുക്കനെയുള്ള ചിരി. ബ്രൗൺ സഫാരിസ്യൂട്ട്. അയ്യപ്പൻകുട്ടി.

"എന്തൊക്ക്യാ മാഷേ. നേർത്തെ എത്ത്യോ." അയ്യപ്പൻകുട്ടി ചോദിച്ചു.

"കുറച്ചുനേരായി."

അയ്യപ്പൻവിളക്കിനു ഭംഗിയിൽ കുരുത്തോല വെട്ടി അലങ്കരിക്കാറുള്ള വേലായുധൻ, മറന്നുപോയിരുന്ന ഒരു പരിചയക്കാരന്റെ പേരുപോലെ, പൊടുന്നനെ ഓർമ്മയിൽ നിവർന്നുനിന്നു. നന്നായി വാവരുതുള്ളാനും അറിയാമായിരുന്നു വേലായുധന്. അയ്യപ്പൻപാട്ടുകൾ പാടാനും മിടുക്കൻ. അച്ഛന്റെ മടിയിലിരുന്നാണ് വാസുദേവൻ അയ്യപ്പൻപാട്ടുകൾ കേൾക്കുക. അപ്പോൾ കൺഞരമ്പുകളിലേക്ക് ഉറക്കച്ചടവ് അരിച്ചിറങ്ങുന്നുണ്ടാവും.

വേലായുധൻ ഒരുപക്ഷേ, പാട്ടുകളൊക്കെ ഇപ്പോൾ മറന്നുപോയിരിക്കാം.

"സ്വാമിജി ഹിൽട്ടൺല്ണ്ട്." അയ്യപ്പൻകുട്ടി പറഞ്ഞു. പിന്നെ കൂട്ടിച്ചേർത്തു: "ഇപ്പൊ വരും."

"ഓ," വാസുദേവൻ പറഞ്ഞു. പിന്നെ ഓർമ്മയ്ക്ക് ഒരനുബന്ധം മനസ്സിൽ വിരിച്ചിട്ടു.

അയ്യപ്പൻകുട്ടി വേലായുധന്റെ മകനാണ്. നാട്ടിലെ മുതലാളിയുമാണ്. നാലു കാറും മൂന്നു റൈസ്മില്ലുമുള്ള മുതലാളി. മരുഭൂമിയിലും അയ്യപ്പൻകുട്ടി മുതലാളി തന്നെ. മൂന്ന് ബെഡ്റൂമുള്ള ലക്ഷ്വറി ഫ്ളാറ്റിലാണ് അയ്യപ്പൻകുട്ടി താമസിക്കുന്നത്. അയ്യപ്പൻകുട്ടിയും ഭാര്യയും പിന്നെ വിളർത്തുകുറിയ ഒരു ഫിലിപ്പീൻസുകാരി ഹൗസ്മെയ്ഡും. അയ്യപ്പൻകുട്ടിക്ക് കുട്ടികളില്ലല്ലോ.

ഗോവിന്ദൻകുട്ടിമേനോൻ ആരോടോ എന്തോ ധൃതിയിൽ പറഞ്ഞുകൊണ്ടു നടന്നുവരികയായിരുന്നു. അയ്യപ്പൻകുട്ടിയെ കണ്ടു പൊടുന്നനെ നിന്നു. എന്നിട്ടു ചോദിച്ചു: "താൻ സ്വാമിജ്യേ കണ്ടില്ലേ"

"ല്യ. സ്വാമിജി മോൾലായിരുന്നു. മുറീല് മിസ്സിസ്സ് വിത്സനുമുണ്ട്... ബുദ്ധിമുട്ടിക്കണ്ടാന്നുകരുതി. കാറും ഡ്രൈവറും അവിടെ കാത്തുനിൽക്കുണുണ്ട്."

ഗോവിന്ദൻകുട്ടിമേനോൻ ഒന്നു ചിരിക്കണോ അതോ ചിരിക്കാതിരിക്കണോ എന്നു തീരുമാനമെടുക്കാൻ ബുദ്ധിമുട്ടുന്നതുപോലെ തോന്നി.

"സ്വാമിജിയുടെ വിസയ്ക്കൊന്നും ബുദ്ധിമുട്ടുണ്ടായില്യാലോ" വാസുദേവൻ ചോദിച്ചു.

"ഏയ്! അതിനൊക്കെ നൊമ്പടെ ആള്ള്യേ"

"അയ്യപ്പൻകുട്ടി വിചാരിച്ചാൽ നടക്കാത്ത കാര്യണ്ടോ ഇവടെ?" ഗോവിന്ദൻകുട്ടിമേനോൻ അയ്യപ്പൻകുട്ടിയുടെ ചുമലിൽ പതുക്കെ തട്ടി.

"അങ്ങനൊന്നൂല്യ." കൈമുട്ടിൽ, വെറുതെ തലോടിനിന്ന് അയ്യപ്പൻകുട്ടി വിനയം കാട്ടി. "പക്ഷേ ആ ഗുരുവായൂരപ്പന്റെ പടം ക്ലിയർ ചെയ്തു കിട്ടാൻ കൊറച്ച് ബുദ്ധിമുട്ടി... അവസാനം ഖലിൽ മൊഹമ്മദ് തന്നെ എടപെടേണ്ടിവന്നു."

വാസുദേവൻ ആ രംഗം മനസ്സിൽക്കണ്ടു. ശിരോവസ്ത്രത്തിന്റെ തുമ്പുകൊണ്ടു പുരികം തുടച്ച് ഖലിൽ മുഹമ്മദ് ചോദിച്ചിട്ടുണ്ടാവും: 'ഷുനു ഹാദ... കിഷ്ണ?' എന്നിട്ട് ചുണ്ടുവളച്ച് ഒന്ന് ചിരിച്ചിട്ടുമുണ്ടാവും. അയ്യപ്പൻകുട്ടി, ഇതേപോലെ കൈമുട്ടുകൾ തടവിക്കൊണ്ട് നിന്നിട്ടുണ്ടാവും. അല്ലെങ്കിൽ ഒരു പക്ഷേ, അയ്യപ്പൻകുട്ടി തനിച്ചല്ല പോയതെന്നും വരാം.

ഖലിൽ മുഹമ്മദിന് ഇന്ത്യക്കാരി സ്ത്രീകളെ വല്ലാത്ത കമ്പമാണ്. ജോണിവാക്കറിനും പൊരിച്ച കോഴിക്കും അപ്പുറത്തിരുന്ന് അയാളൊരിക്കൽ പറയുന്നത് വാസുദേവൻ കേട്ടതാണ്. ഇന്ത്യക്കാരിപ്പെണ്ണിന്റെ തടിച്ച മാറും നിതംബവുമാണ് എനിക്കേറ്റവും പ്രിയം. അതിന്റെ അഴകൊന്നു വേറെ തന്നെ. "തമാം"എന്നാണ് അറബി പറഞ്ഞത്.

വാസുദേവന്റെ സിരകളിൽ ചോര തണുത്തുതന്നെ കിടന്നു. ചോരത്തിളപ്പ് ചിലപ്പോഴൊന്നും ഒന്നും നേടിത്തരില്ല. നാട്ടിലും മറുനാട്ടിലും ഒരുപോലെ അപമാനിക്കപ്പെടുന്ന വർഗ്ഗത്തിൽ അറിയാതെ പെട്ടുപോയി വാസുദേവനും.

കൈയറിയാതെ കാശു ചെലവാക്കുന്നവനെന്നു പറഞ്ഞ് നാട്ടിലും കൂരകളിൽ താമസിക്കുന്ന ദരിദ്രനെന്നുപറഞ്ഞ് മറുനാട്ടിലും.

കഥകളിവേഷത്തെ ഓർമിപ്പിക്കുന്ന സ്ത്രീ ഹാളിനു നടുവിലൂടെ നടന്നുവന്നു. വിത്സൻ ഇരിക്കുന്നതിനടുത്തേക്കു നടന്നുചെന്നു. അവിടെ നിന്ന തടിച്ച സ്ത്രീയുമായി എന്തോ സംസാരിച്ചു. വിരൽത്തുമ്പത്ത് കുട്ടിയെ കണ്ടില്ല. വാസുദേവൻ തിരഞ്ഞു. എവിടെയോ ആവാം.

"മോനൊന്ന് താഴത്തുപോയി നിക്കൂ: സ്വാമിജി വരാറായിരിക്കുന്നു." അയ്യപ്പൻകുട്ടി പറഞ്ഞു.

"ശരി."ഗോവിന്ദൻകുട്ടിമേനോൻ വാതിൽക്കലേക്കു നടന്നു.

ഹാളിൽ തണുപ്പു കൂടിക്കൂടിവരികയാണെന്ന് വാസുദേവനു തോന്നി.

ടേപ്പിൽ നിന്നുള്ള ശബ്ദം പൊടുന്നനെ നിന്നു. ഹാളിൽ അപ്പോൾ നിശ്ശബ്ദത പരന്നു. മഞ്ഞ ഫ്രോക്കിട്ട കുട്ടി അമ്മേ എന്നു വിളിച്ച് ചെറിയ മുറിയിലേക്ക് ഓടുന്നതുകണ്ടു.

അകത്തെ മുറിയിൽ നിന്ന് സുലോചന ഇറങ്ങിവന്നു. അവളുടെ മുഖത്ത് തളർച്ചയോ അസ്വാസ്ഥ്യമോ എന്തോ വല വിരിച്ചു കിടക്കുന്നുണ്ടായിരുന്നു. ഈ വല്ലാത്ത തണുപ്പ് അവൾക്ക് പിടിക്കുന്നില്ലെന്നു തോന്നി.

“വാസ്വേട്ടാ-” സുലോചന അടുത്തുവന്ന് പതുക്കെ വിളിച്ചു. പിന്നെ അയ്യപ്പൻകുട്ടിയെ നോക്കി ചിരിച്ചു. എന്നിട്ടു ചോദിച്ചു:

“ജയഭാരതി വന്ന്ട്ട്ല്യേ”

അയ്യപ്പൻകുട്ടി വീണ്ടും കൈമുട്ടിൽ തലോടി: “ഇല്യ. ഇപ്പൊ എത്തും.”

സുലോചന പിന്നെ മുഖം തിരിച്ച് വാസുദേവനോടു ചോദിച്ചു: “ഞാനെ ങ്ങന്യാ വാസ്വേട്ടാ ഇവടെ നെലത്തിരിക്കാ... വയ്യാന്നു തോന്നുണു.”

“സ്വാമിജി വന്നു കണ്ടുകഴിഞ്ഞാൽ നമക്കു പോവാം.”

“ഏയ്... ഫങ്ഷനൊക്കെ കഴിയണേന്റെ മുൻപോ?” അയ്യപ്പൻകുട്ടി മുഖത്തു വെറുതെ പരിഭ്രമം വരുത്തി ചോദിച്ചു.

“അവൾക്കു വയ്യ... അതല്ല, നാളെ പോവേണ്ടതല്ലേ-”

അയ്യപ്പൻകുട്ടി അല്പനേരത്തേക്ക് ഒന്നും മിണ്ടിയില്ല. പിന്നെ, പതുക്കെ പറഞ്ഞു: “ഒരു സോഫ ങ്ങട് ഇട്ടുതരാം, വേണെങ്കില്.”

“വേണ്ട, അതൊക്കെ ബുദ്ധിമുട്ടാണ്. അത് ശരീം അല്ല.”

അയ്യപ്പൻകുട്ടി എന്തോ ഓർത്തു. “ആ കൃഷ്ണവിഗ്രഹം സ്വാമിജിക്കു കൊടുക്കാനുള്ളതാണ്. ജയഭാരതീടെ ഒരാശ അതൊരു ഫങ്ഷനായിട്ട് സ്പീച്ചൊക്കെ കഴിഞ്ഞിട്ട് കൊടുക്കാംച്ച്ട്ടാണ് മാഷൊക്കെ അതിനുണ്ടാ വണംന്ന് ഞാൻ കരുതിയിരുന്നു.” അയ്യപ്പൻകുട്ടി ഒരു ജാള്യതപോലെ ചിരിച്ചു.

“സാരല്യ അയ്യപ്പൻകുട്ടീ, ഞങ്ങള്ണ്ട്ന്നന്നെ കരുതിക്കോളൂ.”

സുലോചന സാരിത്തുമ്പുകൊണ്ടു മുഖം തുടച്ച് മുഖം കുനിച്ചു നിന്നു.

വിത്സന്റെ അടുത്തുനിന്നിരുന്ന തടിച്ച സ്ത്രീ വെള്ളക്കൈലേസു കൊണ്ട് ചുണ്ടു പതുക്കെ തുടച്ച് സ്ത്രീകളിരിക്കുന്ന ഭാഗത്തേക്കു നടന്നു. കഥകളി വേഷത്തെ ഓർമിപ്പിക്കുന്ന സ്ത്രീയെ അവിടെയൊന്നും കണ്ടില്ല.

അപ്പോഴേക്ക് ഹാളിന്റെ വാതിൽ തള്ളിത്തുറന്നുകൊണ്ട് ഗോവിന്ദൻ കുട്ടിമേനോൻ കടന്നുവന്നു. “സ്വാമിജി വരുന്നു.” ഗോവിന്ദൻകുട്ടിമേനോൻ പറഞ്ഞു.

വാസുദേവനും സുലോചനയും ചുമരോരത്തേക്ക് ഒന്നുകൂടി ചേർന്നു നിന്നു.

വസ്ത്രങ്ങളുടെ മർമരം പതറിച്ചുകൊണ്ട് ഹാളിൽ എല്ലാവരും എഴു ന്നേറ്റു.

കാവി സിൽക്ക് ജുബ്ബയുടെ മുകളിലൂടെയിട്ട കാവിത്തൂവാലയിൽ കൈചുഴറ്റിക്കൊണ്ട് സ്വാമിജി കടന്നുവന്നു. കറുപ്പും വെളുപ്പും കലർന്ന താടിക്കിടയിലൂടെ ചുവന്ന ചുണ്ടുകളിൽ പുഞ്ചിരി പരത്തിക്കൊണ്ട്. തൊട്ടുപിന്നിൽ, കാവി മാക്സി ധരിച്ച മദാമ്മ പറ്റിച്ചേർന്നുനിന്നു.

മദാമ്മയുടെ മാറ് വല്ലാതെ ഇടിഞ്ഞിരിക്കുന്നുവെന്ന് വാസുദേവൻ ഒരു കുസൃതിപോലെ മനസ്സിൽ പറഞ്ഞു. അങ്ങനെ ഓർത്തതു തെറ്റായിപ്പോയോ എന്ന് അപ്പോൾത്തന്നെ വിചാരിക്കുകയും ചെയ്തു.

വിത്സൻ, സാവധാനത്തിൽ സ്റ്റൂളിൽ നിന്ന് എഴുന്നേറ്റുവന്ന് സ്വാമിജിയെ തൊട്ടുനിന്നു. സ്വാമിജി ഹാൾ മുഴുവൻ വിസ്തരിച്ചുനോക്കി ഒന്നു പുഞ്ചിരിച്ചു.

അപ്പോൾ അയ്യപ്പൻകുട്ടി സ്വാമിജിയുടെ കാൽക്കൽ ഒരു ദണ്ഡനമസ്കാരം പോലെ വീണു.

പുഞ്ചിരിയോടുതന്നെ, 'ഓം' എന്നോ മറ്റോ പറഞ്ഞുകൊണ്ട് സ്വാമിജി ഹാളിന്റെ മൂലയിലേക്കു നടന്നു. അയ്യപ്പൻകുട്ടി പിടഞ്ഞെഴുന്നേറ്റു. സഫാരി സൂട്ടിന്റെ മുൻവശം കൈകൊണ്ടുഴിഞ്ഞു നേരെയാക്കി, പിന്നാലെ ചെന്നു.

ഗോവിന്ദൻകുട്ടിമേനോൻ അമ്മുവിനെ നോക്കി പുഞ്ചിരിക്കുന്നതു കണ്ടു. അമ്മു മകളുടെ നെറുകയിൽ കൈപ്പത്തിയുഴിഞ്ഞുകൊണ്ടുനിന്നു.

എവിടെനിന്നോ വന്ന ഒരു മൂളൽ മാത്രം ഹാളിൽ വഴിയറിയാതെ പരുങ്ങിനിന്നു.

വാസുദേവൻ പതുക്കെ സുലോചനയുടെ കൈത്തണ്ട തൊട്ടു. എന്നിട്ട് പുറത്തേക്ക് മുഖം കൊണ്ട് ആംഗ്യം കാണിച്ചു.

ശബ്ദമുണ്ടാക്കാതെ അവർ പുറത്തേക്കു കടന്നു.

നിശ്ശബ്ദത പുറത്തും മുടിചികഞ്ഞു നിൽക്കുന്നുണ്ടായിരുന്നു.

അയ്യപ്പൻകുട്ടി ധൃതിയിൽ പുറത്തേക്കുവന്നു. അവരെക്കണ്ടു ചിരിച്ചു. "പൂവ്വാണോ" എന്നു ചോദിച്ചു. പിന്നെ, "ജയഭാരതിയെ കണ്ടില്യ," എന്നു പറഞ്ഞ് തിരക്കിട്ട് കോണിയിറങ്ങിപ്പോയി.

ചെരുപ്പിടുമ്പോൾ സുലോചന പറഞ്ഞു:

"ഞാനാദ്യായിട്ട് കാണ്വാണ് വാസ്വേട്ടാ, സ്വാമിജിയെ. എന്തൊരു തേജസ്സാണ് മുഖത്ത്, അല്ലേ"

"ഉം."വാസുദ്ദേവൻ മൂളി.

"പ്രസംഗം കേൾക്കാൻ കഴിയാഞ്ഞത് കഷ്ടായി."

വാസുദേവൻ അപ്പോഴും മൂളി.

നേരത്തെ ഓർത്ത സന്ധ്യാവന്ദനശ്ലോകം അപ്പോൾ വീണ്ടും അയാളുടെ മനസ്സിൽ പതഞ്ഞു പതഞ്ഞു വരുന്നുണ്ടായിരുന്നു.

■

പർദ്ദ

അപ്പോഴാണ് അവർ റസിയയെ ആശുപത്രിയിലേക്കു കൊണ്ടുവന്നത്. വിങ്ങിക്കരഞ്ഞ ശരീരവും നനഞ്ഞുകുതിർന്ന വസ്ത്രങ്ങളും ചുറ്റും വിതറുന്ന ദുർഗന്ധവുമായി; സ്ട്രെച്ചറിൽ.

ഉച്ച കഴിഞ്ഞിരുന്നു.

രണ്ടാം നിലയുടെ ചില്ലുജനലിനപ്പുറത്തു പടർന്നു വിരിഞ്ഞു നിൽക്കുന്ന ബദാംമരവും. അതിന്റെ പഴുത്തതും പച്ചയുമായ ഇലകളും നീളൻ തിരിയിൽ നിറഞ്ഞുനിൽക്കുന്ന ഇളം മഞ്ഞപ്പൂക്കളും ആ പൂക്കളെ നക്കാനെത്തുന്ന അണ്ണാർക്കണ്ണന്റെ നനുത്ത നാവുമൊക്കെ കാണുന്നു ണ്ടായിരുന്നു ഞാൻ. എന്നാൽ എന്റെ മനസ്സിനുള്ളിൽ, അപ്പോൾ അതൊന്നു മായിരുന്നില്ല. അക്കാര്യം ഞാൻ ജയന്തിയോടു പറയുകയുമായിരുന്നു.

വായിച്ചുകൊണ്ടിരുന്ന മെഡിക്കൽ ജേർണലിൽനിന്നു മുഖമൊന്നു യർത്തി, പുരികത്തിന്റെ ആകൃതിവിശേഷംകൊണ്ടാവാം, സദാ ആശ്ചര്യം നിറഞ്ഞു നിൽക്കുന്ന കണ്ണുകൾ എന്റെ നേർക്കയച്ചുകൊണ്ട്, ചുണ്ടിൽ ഒരു ചെറുചിരിയുമായി ജയന്തി അതൊക്കെ കേൾക്കുകയായിരുന്നു.

“നോക്കൂ, ജയന്തീ.”

“പർദ്ദകളൊക്കെ കറുത്തിട്ടാണ് എന്നായിരുന്നു എന്റെ ധാരണ.” ഞാൻ പറഞ്ഞു. “എന്നാൽ എന്റെ ആ ധാരണ ഇപ്പോൾ മാറിയിരിക്കുന്നു. പർദ്ദകൾക്ക് പല നിറങ്ങളുണ്ട്. തിളങ്ങുന്ന ചാരനിറം, ഒലിവ് പച്ച, മിന്നുന്ന ഓറഞ്ച്, ഊത, തവിട്ട്, കിളിപ്പച്ച അങ്ങനെ പലപല നിറങ്ങൾ. പല ആകൃതികളിലും പർദ്ദകളുണ്ട്. വിവിധ എംബ്രോയിഡറികൾ ചെയ്ത പർദ്ദകളുമുണ്ട്. ചിലവ വളരെ അയഞ്ഞത്. ഒഴുക്കൻമട്ടിൽ അതിനുള്ളിൽ എന്ത് എന്നു നമുക്ക് മനസ്സിലാക്കിത്തരാൻ കൂട്ടാക്കാതെ ദുരൂഹതപോലെ ശരീരത്തിൽ തൂങ്ങിക്കിടക്കും. ചിലതു ശരീരത്തോടു നല്ലപോലെ ഒട്ടി ക്കിടക്കുന്നതാവും. നിതംബത്തിന്റെ വടിവുകളോ, മാറിടത്തിന്റെ മുഴുപ്പോ, മുഴുപ്പില്ലായ്മയോ ഒക്കെ ധ്വനിപ്പിക്കും അവ.”

“എന്തേ ഇപ്പോൾ പർദ്ദകളിൽ കമ്പം കേറാൻ?”

അണ്ണാറക്കണ്ണന്റെ നേർത്ത നാവ് ഒരിക്കൽക്കൂടി ബദാംപൂക്കളുടെ നേർക്കു നീളുകയാണ്. വളരെ സൂക്ഷിച്ചാണ് അതു ചില്ലയിൽ അള്ളിപ്പിടിച്ചിരിക്കുന്നത്. എന്നിട്ടും പൊടുന്നനേ അതിന്റെ പിടിത്തം വിട്ടുപോയി. മരത്തുമ്പത്തുനിന്ന് അത് ഊർന്നു, താഴേക്ക്. അതാ ഒരണ്ണാൻ പറക്കുന്നു.

"പർദ്ദകളിൽ കമ്പമൊന്നും ഉണ്ടായിട്ടല്ല." ഞാൻ പറഞ്ഞുതുടങ്ങുകയായിരുന്നു. അപ്പോഴേക്ക് ദൂരെനിന്ന് ആംബുലൻസിന്റെ നേർത്ത ശബ്ദം എന്റെ കാതുകളിൽ പതിച്ചു. ആരെയോ കൊണ്ടുവരുന്നുണ്ടെന്നു ഞാൻ മനസ്സിൽ കുറിച്ചിട്ടു. സാരമില്ല. കാഷ്വാലിറ്റിയിൽ ജെയിംസും നർഗീസും റഷീദുമൊക്കെയുണ്ട്. ധാരാളം സിസ്റ്റർമാരുമുണ്ട്. ഏതു കേസാണെങ്കിലും ഒരു വിഷമവും ഉണ്ടാവില്ല. റിട്ടയേർഡ് പ്രൊഫസർ വൈദ്യനാഥൻ അക്കാര്യത്തിൽ ഒരു കുറവും വരുത്തിയിട്ടില്ല.

കമ്പം കയറുകയല്ല ഉണ്ടായത്. ഒരാകസ്മിക സംഭവത്തിൽ നിന്നുണ്ടായ കൗതുകം. വെറും കൗതുകം. ചർമ്മം മാംസത്തെ മറയ്ക്കാനുള്ള പർദ്ദയാണെന്നു നമ്മൾ പറയാറില്ലേ? പലതരത്തിലുള്ള ചർമ്മങ്ങളുമില്ലേ? അതുപോലെ, ഒരു കൗതുകം. ഈ കൗതുകത്തിനു കാരണം റസിയയാണ്. അവളുടെ പേര് റസിയ എന്നാണെന്നൊന്നും അപ്പോൾ എനിക്ക് അറിയില്ലായിരുന്നു. അബ്ദുള്ള എന്ന പൊടിമീശക്കാരനാണ് ഭർത്താവ് എന്നും അറിയില്ലായിരുന്നു.

"റസിസയുടെ വീട് എന്റെ വീടിന്റെ നേരെ പിന്നിലാണ്." ജയന്തിയുടെ ആശ്ചര്യപ്പെട്ട കണ്ണുകളിലേക്കു നോക്കി ഞാൻ ഒന്നു പുഞ്ചിരിച്ചു: "എന്റെ വീടിന്റെ അടുക്കളഭാഗത്തേക്കാണ് അവരുടെ മുൻവാതിലും പൂമുഖവും തുറക്കുക. ഒറ്റയ്ക്കു താമസിക്കുന്ന ഒരാളെന്ന നിലയിൽ എന്റെ സമയം അധികവും ഞാൻ ചെലവഴിക്കുക അടുക്കളയിലാണേയ്."

"എന്റെ കാര്യവും അതുതന്നെ." ജയന്തി ഇടയ്ക്കു കയറി പറഞ്ഞു: "അതിന്റെ കാരണം ഞാൻ ഒറ്റയ്ക്കല്ല താമസിക്കുന്നത് എന്നതാണ്. എനിക്കും ജെയിംസിനും ആശുപത്രിയിൽ വരണം. കുട്ടികൾക്ക് സ്കൂളിലേക്കും തിരിച്ചും യാത്ര ചെയ്യണം. ഞങ്ങൾക്കും തിരിച്ച് വീട്ടിലെത്തണം. വീട്ടിലെ കൺസൾട്ടിംഗ് മുറി ജെയിംസും പഠനമുറി കുട്ടികളും അടുക്കള ഞാനും കൈയടക്കിവെച്ചിരിക്കുന്നു."

ആംബുലൻസിന്റെ ശബ്ദം ഇപ്പോൾ കുറെക്കൂടി അടുത്തെത്തിയിട്ടുണ്ട്.

നിത്യവും മൂന്നോ നാലോ തവണയെങ്കിലും ഞാൻ റസിയയെ കാണും. അവൾ വീട്ടുമുറ്റം അടിച്ചുവാരാൻ വരുമ്പോഴാണ് ആദ്യം കാണുക. പച്ചനിറത്തിലുള്ള ഒരു പർദ്ദയായിരിക്കും അപ്പോൾ അവൾ ധരിച്ചിട്ടുണ്ടാവുക. അങ്ങനെയാണ് പച്ചപ്പർദ്ദയെക്കുറിച്ച് ഞാൻ ആദ്യം അറിയുന്നത്. വളരെ അയഞ്ഞ ഒരു പർദ്ദ. നെറ്റിയുടെ പകുതിയും കീഴ്ത്താടിയും ചെവികളും മൂടിക്കെട്ടിയിട്ടുണ്ടാവും റസിയ. അണ്ഡാകാരത്തിൽ ഒരു മുഖം. തടിച്ച പുരികങ്ങൾ. മഷി കലങ്ങിയ കണ്ണുകൾ. ചെറിയ

മൂക്ക്, മൂക്കിന്റെ അറ്റത്ത് എണ്ണമയമുള്ളതുപോലെ തിളങ്ങുന്നു. തടിച്ചു പരന്ന മേൽച്ചുണ്ട്. ഇത്രയും കാണാം.

"പെണ്ണുങ്ങളെ ഇങ്ങനെ ശ്രദ്ധിച്ചും സൂക്ഷിച്ചും നോക്കുന്നതു ശരിയല്ല." ജയന്തി പറഞ്ഞു.

"ഒമ്പതുമണിക്ക് ബ്രേക്ക്ഫാസ്റ്റ് കഴിക്കുമ്പോഴാണ് അവളെ രണ്ടാമതു കാണുക." ജയന്തിയുടെ കുത്തുവാക്ക് അവഗണിച്ചുകൊണ്ട് ഞാൻ പറയുമ്പോൾ റസിയ ആംബുലൻസിലെ സ്ട്രെച്ചറിൽക്കിടന്നു പിടയുകയാണ് വേദനയോടെ. കരിഞ്ഞ കൈപ്പത്തി കരിഞ്ഞ നെഞ്ചത്തു വെച്ചു കിതയ്ക്കുകയാണ്.

അടുക്കളയിലെ ചെറിയ സ്റ്റൂളിൽ ഇരുന്നുകൊണ്ടുതന്നെയാണ് ഞാൻ ബ്രേക്ക്ഫാസ്റ്റ് കഴിക്കാറ്. അപ്പോൾ ജനലിനപ്പുറത്ത്, അവളുടെ വീട്ടുമുറ്റത്ത് റസിയയുടെ തിളങ്ങുന്ന മുഖം കാണാം. ഇളംവെയിലേറ്റു തിളങ്ങുന്ന ഒരു മുഖം. രണ്ടോ, മൂന്നോ വയസ്സു പ്രായമുള്ള ഒരു കുഞ്ഞുണ്ടാവും അവളുടെ ഒക്കത്ത്. മരങ്ങളിലേക്കും ചെടികളിലേക്കും ആകാശത്തേക്കും ആന്റിനകളിലേക്കും ചൂണ്ടിക്കാണിച്ച് ചിരിച്ചും കളിപറഞ്ഞും അവർ കുഞ്ഞിനു ഭക്ഷണം കൊടുക്കുകയാവും. അപ്പോൾ അവൾ ധരിക്കുക ചാരനിറത്തിലുള്ള ഒരു പർദ്ദയാണ്. ശരീരത്തോട് ഒട്ടിക്കിടക്കുന്ന പർദ്ദ. വടിവൊത്ത ശരീരമാണ് റസിയയുടേത്.

ഞാൻ പിന്നെ കുറച്ചു നേരത്തേക്ക് ഒന്നും മിണ്ടിയില്ല. താഴത്തേക്കു വീണ അണ്ണാൻ തന്നെയോ, അതോ വേറെ ഒന്നോ എന്നറിയില്ല, ഇപ്പോൾ മരത്തുഞ്ചത്ത് എത്തിയിരിക്കുന്നു. ബദാംപൂക്കളുടെ നേർക്കു കൂർത്ത മുഖം നീട്ടുന്നു.

ആംബുലൻസ് ആശുപത്രിയുടെ താഴത്ത് എത്തിക്കഴിഞ്ഞു.

ചാരനിറത്തിലുള്ള പർദ്ദയ്ക്കകത്തുള്ള റസിസയുടെ ശരീരം മനസ്സിൽ കാണുകയാവാം ഞാനെന്ന് ജയന്തി വിചാരിച്ചിട്ടുണ്ടാകും. മുഖത്ത് അല്പം ഗൗരവം വരുത്തിക്കൊണ്ട് അവൾ മെഡിക്കൽ ജേർണലിലേക്കു മടങ്ങി.

കോണിപ്പടികൾ ആരോ ധൃതിയിൽ കയറുന്നതിന്റെ ശബ്ദം കേട്ടു. പിന്നെ ആ ശബ്ദം എന്റെ ക്യാബിനുമുന്നിൽ നിന്നു. വാതിൽ തുറന്നു പിടിച്ചുകൊണ്ട് കിതയ്ക്കുന്ന ശബ്ദത്തിൽ ലൈല പറഞ്ഞു.

"ഡോക്ടർ, ഒന്നു പെട്ടെന്ന്. ഐ.സി.യുവിലേക്ക്, ബേൺ തേർഡ് ഡിഗ്രി സിക്സ്റ്റി പെർസന്റ്."

ലൈല ഇംഗ്ലീഷ് വാക്കുകൾ ഉച്ചരിക്കുന്നത് കേൾക്കാൻ ഒരു രസമുണ്ട്. കസേരയിൽനിന്ന് എഴുന്നേറ്റുകൊണ്ടു ഞാൻ വിചാരിച്ചു. ഒരു പ്രത്യേക ഈണവുമുണ്ട്.

"ജയന്തിയും വന്നോളൂ." ഞാൻ ജയന്തിയെ നോക്കി. മെഡിക്കൽ ജേർണൽ അടച്ചുവെച്ച് കനത്ത നിതംബം കസേരയിൽനിന്നുയർത്തിക്കൊണ്ട് ജയന്തി എഴുന്നേറ്റു.

ഒന്നാംനിലയിലെ ഐ.സി.യുവിൽ ഒരു പ്രത്യേക മുറിയുണ്ട്. വി.ഐ.പി രോഗികൾക്കും അതിഗുരുതരാവസ്ഥയിലുള്ള രോഗികൾക്കും വേണ്ടിയുള്ളത്. വാതിൽ തുറന്നാൽ അതിനകത്ത് മറ്റൊരു ചില്ലുവാതിൽ. അതിനുമപ്പുറത്ത് ഒരു മിനി ഓപ്പറേഷൻ തിയേറ്ററിന്റെ സജ്ജീകരണങ്ങളോടെ, അന്തരീക്ഷത്തിലെ ചൂടു കുറയ്ക്കാനും കൂട്ടാനുമുള്ള സംവിധാനത്തോടെ മറ്റൊരു മുറി.

മാംസം കരിഞ്ഞതിന്റെ മണം മുറിയുടെ പുറത്തേക്കു വരുന്നുണ്ട്. ഗൗണും കൈയുറയും അണിയുമ്പോൾ എനിക്കത് അനുഭവപ്പെട്ടു.

റസിയയെക്കുറിച്ചു സംസാരിച്ചുകൊണ്ടിരുന്നപ്പോൾത്തന്നെ, അവളുടെ വിവിധ നിറങ്ങളിലുള്ള പർദ്ദകളെപ്പറ്റി ഓർത്തുകൊണ്ടിരുന്നപ്പോൾത്തന്നെ, പർദ്ദയിലേക്കും അതുകഴിഞ്ഞ് ശരീരത്തിലേക്കും അഗ്നി പടരുകയായിരുന്നുവല്ലോ എന്നു ഞാൻ അപ്പോൾ വിചാരിച്ചു.

അണ്ണാറക്കണ്ണൻ ബദാംമരത്തിന്റെ തുഞ്ചത്തുനിന്നു വീഴുമെന്നും ഞാൻ പ്രതീക്ഷിച്ചതല്ല. എന്നിട്ടും ഞാൻ അത് എന്റെ കൺമുന്നിൽ കണ്ടുവല്ലോ.

റസിയ ഞെരങ്ങുന്നുണ്ടായിരുന്നു. കൺപീലികളും പുരികവും തലമുടിയുമൊക്കെ കരിഞ്ഞുപോയിരുന്നു. ചുണ്ടുകൾ കരിഞ്ഞുവീർത്ത ഒരു മാംസക്കൂമ്പാരം. അവയ്ക്കിടയിൽനിന്നു പല്ലുകൾ പുറത്തേക്ക് ഉന്തിനിൽക്കുന്നു. അരവരെ ശരീരമാസകലം കത്തിക്കരിഞ്ഞിട്ടുണ്ട്. മാംസവും വസ്ത്രത്തുണ്ടുകളും തമ്മിൽ പറ്റിച്ചേർന്നു കിടക്കുന്നു.

“എങ്ങന്യാ ഒരൈവി കൊടുക്ക്വാ?” ഞാൻ ജയന്തിയോടു ചോദിച്ചു. റസിയയുടെ ശരീരത്തിലെ വെള്ളം മുഴുവൻ വാർന്നുപോകുകയാണ്. ദൈവം നൽകിയ പർദ്ദ ഇതാ പൊള്ളിക്കീറിയിരിക്കുന്നു.

അഞ്ചു നേഴ്സുമാർ ഗൗണും കൈയുറയും ധരിച്ച് അകത്തേക്കു കയറി.

“ഇടത്തേ കൈയിൽ?” ജയന്തി ചോദിച്ചു.

കരിഞ്ഞ വിറകുകൊള്ളിപോലെ ആയിട്ടുണ്ട്, ഇടത്തേ കൈ അതിൽനിന്ന് എങ്ങനെയാണ് ഒരു ഞരമ്പു കണ്ടുപിടിക്കുക?

തുടയിടുക്കിലെ ഫെമോറൽ വെയിനിലേക്കു ഞാൻ ഐ.വി. കാത്തീറ്റർ ഇറക്കുമ്പോൾ, ജയന്തി, തലയ്ക്കൽ ചെന്ന് ഓക്സിജൻ മാസ്ക് വെക്കുന്നതിനിടെ, മാംസപിണ്ഡമായ ഒരു ഇടത്തേ ചെവിയിലേക്കു ചോദിക്കുന്നതു കേട്ടു.

“പേര്?”

“റസിയ.” ഞാനാണ് ഉത്തരം പറഞ്ഞത്. അവളുടെ കത്തിക്കരിഞ്ഞ മുഖത്തുനിന്ന് ഞാനവളെ എങ്ങനെ മനസ്സിലാക്കിയെടുത്തു എന്ന് അദ്ഭുതപ്പെടുകയാവും ജയന്തി. മനസ്സിൽ കഥകളൊരുപാടു മെനഞ്ഞുകൂട്ടുകയാവും അവൾ.

കറുത്ത ഒരു പർദ്ദയായിരുന്നു റസിയ ധരിച്ചിരുന്നത്. അതും അതിനടിയിലെ പാവാടയും ബ്രേസിയറിന്റെ കഷണങ്ങളുമൊക്കെ നേഴ്സുമാർ സശ്രദ്ധം എടുത്തുമാറ്റി. ഞാൻ അവളെ ചെരിച്ചുകിടത്തി. പിൻഭാഗത്ത് കാര്യമായ പൊള്ളലൊന്നും ഏറ്റിട്ടില്ല. അവിടവിടെ ചില ചെറുകുമിളകൾ. വസ്ത്രങ്ങളെല്ലാം മാറ്റിയപ്പോൾ തണുത്തു വിറയ്ക്കുന്നതുപോലെ കിടന്നു തുള്ളാൻ തുടങ്ങി, റസിയ. എന്തോ പിറുപിറുക്കുന്നുണ്ടായിരുന്നു അവൾ.

“ദേഹത്തുനിന്നു കൈയെടുക്ക്.” ഓക്സിജൻ മാസ്കിനുള്ളിലേക്ക് റസിയ അലറി. അലറുകയാണെന്ന് അവൾക്കു തോന്നിയതാവും. പിറുപിറുക്കുന്നതുപോലെയേ എനിക്ക് ആ ശബ്ദം കേൾക്കാൻ കഴിഞ്ഞുള്ളൂ. എന്നോടോ, ജയന്തിയോടോ, നേഴ്സുമാരോടോ അവളതു പറഞ്ഞത് എന്ന് എനിക്കു തീർച്ചയില്ല.

സ്മോക് ഇൻഹെലേഷൻ ടെസ്റ്റിനുള്ള രക്തമെടുക്കാൻ ഏർപ്പാടു ചെയ്ത്, റസിയയ്ക്ക് ഒരു മോർഫിനും കൊടുത്ത് ഞാൻ പുറത്തേക്കു കടന്നു. പോരുമ്പോൾ, അവിടെ അല്പനേരംകൂടി നിൽക്കാൻ ജയന്തിയോടു പറയുകയും ചെയ്തു.

ക്യാബിനിൽ സർക്കിൾ ഇൻസ്പെക്ടർ കാത്തിരിക്കുന്നുണ്ടായിരുന്നു. അയാളുടെ പിന്നിൽ, കൈകൾ മാറത്തുപിണച്ച് അബ്ദുള്ളയും. ക്യാബിനു പുറത്തു റസിയയുടെ കുട്ടിയെ എടുത്തുകൊണ്ട് കറുത്ത പർദ്ദ ധരിച്ച ഒരു സ്ത്രീ.

“രോഗിയുടെ ഒരു മൊഴിയെടുക്കേണ്ടതുണ്ട്.” സർക്കിൾ ഇൻസ്പെക്ടർ പറഞ്ഞു.

“എടുക്കാം. രോഗി ഇപ്പോൾ ഉറങ്ങുകയാണ്.”

“ഉണർത്താം.”

“ഉറങ്ങാൻ മരുന്നു കുത്തിവെച്ചതാണ്. നാളെ വരൂ. അല്ലെങ്കിൽ വൈകുന്നേരം.”

“അതിനുമുമ്പ് അതു ചത്തുപോയാലോ?” ഇൻസ്പെക്ടർ ചോദിച്ചു. നീതിനിർവഹണത്തിനുള്ള ഒരവസരം നഷ്ടപ്പെടുന്നതിന്റെ വേവലാതി അയാളുടെ ശബ്ദത്തിൽ കുത്തിക്കുത്തി നിന്നിരുന്നു.

അബ്ദുള്ളയുടെ മുഖത്തുനിന്നു പൊടുന്നനേ ഒരു തേങ്ങൽ ഉയർന്നത് ഞാൻ കേട്ടു.

ഇൻസ്പെക്ടറുടെ മുഖത്തേക്കു ഞാനൊന്നു സൂക്ഷിച്ചു നോക്കി. മൊഴിയെടുക്കാൻ സമ്മതിക്കാത്തതിന് എന്നെ അറസ്റ്റ് ചെയ്യാനുള്ള അധികാരം പോലുമുണ്ട് അയാൾക്ക് എന്ന മട്ടിലാണ് അയാൾ ഇരിക്കുന്നത്. മൂന്നു ദിവസമെങ്കിലും ആയിട്ടുണ്ടാവും അയാളുടെ യൂണിഫോം അലക്കിയിട്ട്. ആ തൊപ്പിയിൽ എത്രലക്ഷം ബാക്ടീരിയകളുണ്ടാവും! ഇതും വെച്ചാണ് അറുപതില്ലെങ്കിലും നാല്പത്തഞ്ചു ശതമാനം തേർഡ് ഡിഗ്രി

പൊള്ളലുള്ള ഒരു രോഗിയുടെ മുറിയിലേക്കു കടന്നുചെല്ലണമെന്ന് അയാൾ മോഹിക്കുന്നത്.

ഒരല്പനേരം മൗനമായി ഇരുന്നിട്ട് ഇൻസ്പെക്ടർ എഴുന്നേറ്റു. ഞാൻ അപ്പോൾ ബദാംമരത്തിലേക്കു നോക്കിക്കൊണ്ടിരിക്കുകയായിരുന്നു. അതിന്മേൽ ഒരൊറ്റ അണ്ണാറക്കണ്ണനും ഉണ്ടായിരുന്നില്ല. ചില കാക്കകൾ കൊമ്പിൽനിന്നു കൊമ്പിലേക്കു ചാടുന്നു.

“വാ.” ഇൻസ്പെക്ടർ അബ്ദുള്ളയോടു പറഞ്ഞു.

“ഒന്നു കാണാൻ...” അബ്ദുള്ള കൈകൾ പരത്തി നീട്ടിക്കൊണ്ടു കെഞ്ചി.

“പെണ്ണിനെ ചുട്ടുകൊന്നിട്ട് ഇനി അതു കിടന്നു പിടയണതും കാണണംല്ലേ? നടക്ക് റാസ്ക്കൽ.” ഇൻസ്പെക്ടർ പറഞ്ഞു.

“ഇവിടെ ഇങ്ങനെ ഉച്ചത്തിൽ സംസാരിക്കരുത്.” ഞാൻ സൗമ്യനായി പറഞ്ഞു.

“ഓ.” ഇൻസ്പെക്ടർ ഒന്നു മൂളി.

കുഞ്ഞിനു പനി വന്ന ഒരു വൈകുന്നേരമായിരുന്നു റസിയ ആദ്യമായി പറമ്പു ചുറ്റിവന്ന് ഗെയ്റ്റും തുറന്ന് എന്റെ വീട്ടിലേക്കു വന്നത്. അന്ന് അവൾ ഇളംചാരനിറത്തിലുള്ള പർദ്ദയായിരുന്നു ധരിച്ചത്. അണ്ഡാകാരത്തിലുള്ള മുഖത്ത് പുരികവും കണ്ണുകളും കൂടുതൽ കറുത്തതു പോലെ തോന്നി.

കുഞ്ഞിന് എന്തോ ജലദോഷപ്പനിയായിരുന്നു. റസിയ പക്ഷേ വല്ലാതെ പരിഭ്രമം കാണിച്ചു.

അബ്ദുള്ളയെക്കുറിച്ചും അയാളുടെ ജോലിയെക്കുറിച്ചും പിന്നീട് ഒരു ദിവസം റസിയ വന്നപ്പോൾ ഏറെനേരം സംസാരിച്ചു. സ്ഥലമിടപാടുകളുടെ ബ്രോക്കറാണ് അബ്ദുള്ള. റിയൽ എസ്റ്റേറ്റ് ഏജന്റ്. അബ്ദുള്ളയും ഒരു ദിവസം എന്നെ വന്നു കണ്ടിട്ടുണ്ട്. ഒരാളെ കൊല്ലാൻ തക്കവണ്ണമുള്ള ക്രൂരതയോ, ധൈര്യമോ ഒന്നും അയാൾക്കുണ്ടെന്ന് എനിക്കു തോന്നിയിട്ടില്ല.

ഒരു മണിക്കൂർ കഴിഞ്ഞ് ജയന്തി വന്നു. സ്മോക് ഇൻഹലേഷൻ ടെസ്റ്റ് പോസിറ്റിവാണ്. തീയും ഇൻഹേൽ ചെയ്തിട്ടുണ്ടാവാം. ശ്വാസകോശങ്ങൾ വിങ്ങും. വിൻഡ് പൈപ്പും.

“റസിയ?”

“ഉറക്കം.”

“എൻഡോസ്കോപ്പി?”

“പറഞ്ഞിട്ടുണ്ട്.”

“ജയന്തിക്ക് എന്തു തോന്നുന്നു?”

“മരിക്കും.”

"ഇല്ല." ഞാൻ തെല്ലുറക്കെ പറഞ്ഞുപോയി. പിന്നെ അതിന്റെ ജാള്യ ത്തോടെ മേശപ്പുറത്തേക്കു മുഖം കുനിച്ചു.

ഒരു പാത്രത്തിൽ നിറയെ ബിരിയാണിയുംകൊണ്ട് ഒരു ദിവസം റസിയ വീട്ടിലേക്കു വന്നു. കറുപ്പിൽ വെള്ള എംബ്രോയ്ഡറി ചെയ്ത പർദ്ദയായിരുന്നു അന്ന് അവൾ ധരിച്ചത്.

"മൈമൂനേടെ പെറന്നാള്." റസിയ പറഞ്ഞു. പാത്രം പൂമുഖത്തിണ്ണ മേൽവെച്ച് അവൾ പർദ്ദയുടെ ചുളിവുകൾ ഇളകുമാറ് ധൃതിയിൽ നടന്നു പോവുകയും ചെയ്തു.

ആത്മഹത്യയ്ക്കു ശ്രമിക്കാൻ തക്കവണ്ണം എന്താവും റസിയയുടെ ജീവിതത്തിൽ ഉണ്ടായിട്ടുണ്ടാവുക എന്ന് ആലോചിക്കുകയായിരുന്നു ഞാൻ. ഇന്നു രാവിലെയും അവൾ മുറ്റമടിച്ചുകൊണ്ട് നിൽക്കുന്നത് ഞാൻ അടുക്കളയിൽനിന്നു കണ്ടതാണ്. മുറ്റമടിക്കുന്നതിനിടെ അവൾ മുഖ മൊന്നുയർത്തി എന്റെ നേർക്കു നോക്കി പുഞ്ചിരിക്കുകയും ചെയ്തതാണ്. പ്രഭാതം സുന്ദരമാകുകയും പിന്നെ മധ്യാഹ്നത്തിനിടെ ജീവിതം ദുസ്സഹ മാകുകയും ചെയ്യുന്നത് എങ്ങനെയാണ്? ഞാൻ എന്നോടുതന്നെ ചോദിച്ചു.

എൻഡോസ്കോപ്പിയിൽ, ശ്വാസകോശത്തിന് അല്പം ചുവപ്പുണ്ട് എന്നതല്ലാതെ ഭയപ്പെടുത്താൻ തക്കവണ്ണം ഒന്നുമില്ല.

"എന്നാലും ആ സ്ത്രീ മരിക്കും." ജയന്തി പറഞ്ഞു.

"എന്താണ് ഇങ്ങനെ ഭ്രാന്തു പറയുന്നത്?"

ജയന്തി മുഖംവെട്ടിച്ച് ക്യാബിനു പുറത്തേക്കു പോയി.

സന്ധ്യക്കു മുമ്പ് ഇൻസ്പെക്ടർ വീണ്ടും വന്നു. റസിയയുടെ സ്റ്റേറ്റ് മെന്റ് കിട്ടേണ്ടതിന്റെ അത്യാവശ്യകതയെക്കുറിച്ച് അയാൾ കുറെ സംസാരിച്ചു. ബോധമുള്ള ഓരോ നിമിഷവും തീവ്രമായ വേദന അനുഭവി ക്കുന്നതുകൊണ്ട് അവൾ ഇപ്പോഴും ഹെവി സെഡേഷനിലാണെന്നു ഞാൻ പറഞ്ഞു.

ഇൻസ്പെക്ടർ മുറുമുറുത്തുകൊണ്ടു പുറത്തേക്കു പോയി. പോകുന്ന പോക്കിൽ ഭീഷണിപോലെ പറഞ്ഞു.

"നാളെ വരാം."

ഞാനന്നു വീട്ടിലേക്കു പോയില്ല. എന്തേ എന്നു ജയന്തി ചോദിച്ച പ്പോൾ കാരണമൊന്നും പറഞ്ഞതുമില്ല. ഒരു കാരണവും പറയാനില്ല. വീട്ടിലേക്കു പോകേണ്ടെന്നു തോന്നി. അത്രതന്നെ.

പിറ്റേന്നു രാവിലെ റസിയയുടെ ശരീരത്തിൽ പൊറ്റകെട്ടാൻ തുടങ്ങി യിരുന്നു. മരത്തിന്റെ തോലുപോലെ ചുക്കിച്ചുളിയുകയാണ് അവളുടെ ശരീരം. ഉരമുള്ള ഒരു കറുത്ത പർദ്ദ ധരിക്കാൻ തുടങ്ങുകയാണ് അവൾ എന്ന് എനിക്കു തോന്നി. ഐ.സി.യുവിലേക്കു ഞാൻ കടന്നുചെന്നപ്പോൾ റസിയ കണ്ണുകൾ തുറന്നു. ഇമയില്ലാത്ത മിഴികൾകൊണ്ട് എന്നെ

അടുത്തേക്കു വിളിച്ചു. ഓക്സിജൻ മാസ്കിനിടയിലൂടെ റസിയ പിറു പിറുത്തു.

"എനിക്കു മരിക്കണം ഡോക്ടറേ. ഇങ്ങനെ കരിഞ്ഞ ശരീരവുമായി..."

അവളുടെ കറുത്തു കരിഞ്ഞു പൊറ്റകെട്ടിയ മുഖത്തേക്കും കൈകളി ലേക്കും മാറത്തേക്കും നോക്കിക്കൊണ്ട് അപ്പോൾ ഞാൻ മനസ്സിലേക്കു പറഞ്ഞു. ഈ മരവുരിയൊക്കെ ചുരണ്ടിക്കളഞ്ഞുതരാം ഞാൻ, റസിയേ തിളങ്ങുന്ന പുതിയ ചർമ്മം വെച്ചുതരാം.

പുതിയൊരു പർദ്ദ തരാം.

പക്ഷേ അതിനിടെ മാംസത്തിനകത്തെ അവയവങ്ങളുടെ യുദ്ധം നീ നേരിടണം. തനിയെ.

റസിയയുടെ തുറുകണ്ണുകൾ നിറയുന്നത് കണ്ടുവെങ്കിലും കണ്ടി ല്ലെന്നു നടിച്ചു. ഞാൻ പുറത്തേക്കു നടന്നു. പുറത്ത് അബ്ദുള്ള നിൽക്കുന്നുണ്ടായിരുന്നു. അയാളുടെ കണ്ണുകൾ ആകെ കലങ്ങിച്ചു വന്നിരുന്നു. കുറ്റിത്താടി വളർന്ന കവിളിൽ തിണർപ്പിന്റെ പാടുകളുണ്ടാ യിരുന്നു.

"ഡോക്ടറേ, അവളെ ഞാനൊന്നു കണ്ടോട്ടെ?"

വെറുതെ തലകുലുക്കിക്കൊണ്ടു ഞാൻ വരാന്തയിലൂടെ നടന്നു. റസിയയുടെ ഈ രൂപം കണ്ടുനിൽക്കാൻ അബ്ദുള്ളയ്ക്കും ആവില്ല.

വൈകുന്നേരത്തോടെ റസിയയുടെ ശ്വാസം നേർത്തു. കരിഞ്ഞു പൊറ്റ കെട്ടിയ കഴുത്ത് വെറുങ്ങലിച്ചു.

പുറത്ത് ഇൻസ്പെക്ടർ കാത്തുനിൽക്കുന്നുണ്ടെന്ന് ലൈല വന്നു പറഞ്ഞു. ∎

www.ingramcontent.com/pod-product-compliance
Lightning Source LLC
LaVergne TN
LVHW041538070526
838199LV00046B/1722
* 9 7 8 9 3 8 6 4 4 0 9 7 6 *